க.நா.சுப்ரமண்யம்

உள் அட்டையில் காணும் சிற்பக் காட்சியில் பகவான் புத்தரின் அன்னை மாயாதேவி கண்ட கனவின் பலனை, மன்னர் சுத்தோதனருக்கு நிமித்திகர் மூவர் விளக்கு கின்றனர். அவர்களுக்குக் கீழே அமர்ந்து அந்த விளக்கத்தை எழுதுகிறார் ஓர் எழுத்தர். எழுதும் கலையைச் சித்தரிக்கும் முதல் இந்தியச் சிற்பம் இதுவாகவே இருக்கலாம்.

(நாகார்ஜூன் மலைச்சிற்பம், கி.பி.இரண்டாம் நூற்றாண்டு.

பட உதவி: நேஷனல் மியூசியம், புதுதில்லி)

இந்திய இலக்கியச் சிற்பிகள்

க.நா.சுப்ரமண்யம்

தஞ்சை பிரகாஷ்

சாகித்திய அகாதெமி

Ka.Naa.Subramanyam - Monograph in Tamil by Thanjai Prakash, Sahitya Akademi, New Delhi. Reprint 2018. Rs.50/-

© சாகித்திய அகாதெமி

முதல் பதிப்பு : 2001

இரண்டாம் பதிப்பு : 2018

சாகித்திய அகாதெமி

இரவீந்திர பவன், 35, பெரோஸ்ஷா சாலை, புது தில்லி 110 001.

விற்பனை அலுவலகம்

'ஸ்வாதி' மந்திர் சாலை, புதுதில்லி 110 001.

மண்டல அலுவலகங்கள்:

மத்தியக் கல்லூரி வளாகம், பல்கலைக்கழக நூலகக் கட்டடம், டாக்டர் அம்பேத்கர் வீதி, பெங்களூரு - 560 001

ஜீவன்தாரா பில்டிங், நான்காவது மாடி. டைமண்ட் ஹார்பர் சாலை, கல்கத்தா 700 053.

172, மும்பை மராத்தி கிரந்த சங்கிரகாலய சாலை, தாதர், மும்பை 400 014.

சென்னை அலுவலகம்

குணா பில்டிங்ஸ், 443 அண்ணா சாலை, தேனாம்பேட்டை, சென்னை 600 018.

விலை: ரூபாய் **50/-**
ISBN - 81-260-1125-4

கணினி அச்சு: ராமசுப்ரமணிய ராஜா எம்.என். சென்னை -35.
செல்பேசி: 97102 33021

அச்சு: மணி ஆப்செட், சென்னை.

பொருளடக்கம்

1.	வைகறை இருளில் கூவிய சேவல்கள்	7
2.	செல்லும் வழி இருட்டு சிந்தை அறிவினிலோ தனிச்சுடர்	15
3.	நெஞ்சில் உரமுமின்றி...நேர்மைத் திறமுமின்றி...	17
4.	பத்திரிகை உலகில் புதிய அலைகள்	32
5.	மொழி பெயர்ப்பும் சக யாத்ரீகர்களும்	41
6.	க.நா.சு.வும் புதுமைப்பித்தனும்	51
7.	க.நா.சு.வும் நானும்	59
8.	இளம் எழுத்தாளர்களும் க.நா.சு.வும்	71
9.	க.நா.சு.வும் கவிதையும்	79
10.	க.நா.சு.வின் ரசனையும் விரிந்த பார்வையும்	86
11.	க.நா.சு.ஒரு சிம்ம சொப்பனம்	97
12.	க.நா.சு.வின் வெளிவந்த நூல்கள்	108

அத்தியாயம் - 1

வைகறை இருளில் கூவிய சேவல்கள்

பதினேழாம் நூற்றாண்டின் இறுதியில் வாரிசு இல்லாமல் மராட்டிய மன்னர் சரபோஜி மரணமடைந்த பின்னர் தஞ்சாவூர் அரண்மனை மராட்டிய வம்சாவளியினரும், திருவிடைமருதூர் கிளை வம்சா வழியினரும் - அரசுரிமைக்காக சரபோஜி மகாராஜா உயிருடன் இருந்த காலத்திலிருந்தே போட்டியிட்டுக் கொண்டிருந்த அரசல் புரசல்களிடையே அரச நிர்வாகம் வெகுவாக- சீர்குலைந் திருந்த நேரம். ஆங்கிலேயப் படையொன்று நிரந்தரமாக தஞ்சையில் இருந்துவந்த காலம். கும்பகோணம், வைத்தீஸ்வரன் கோயில், மாயவரம் ஆகிய இடங்கள் மட்டுமே படித்தவர் களையும், கலைஞர்களையும் அரவணைத்துக் கொண்டிருந்த நேரம். கும்பகோணத்துக்கும் மாயவரத்துக்குமிடையேயிருந்த திருவாலங்காடு என்ற அற்புதமான க்ஷேத்திரத்தில் இருந்து ‘கந்தாடை’ எனும் குடும்பச் சிறப்புப் பெயர் பெற்ற பிராமண வடமாள் பிரிவில் நாராயணசாமி தோன்றினார். நாராயண சாமியின் தகப்பனார் சுப்ரமண்யம். தீட்சிதரிடத்தில் பாடம் கேட்ட மகாஞானி; அத்வைதி ஆவார். அந்தக் குடும்பம் பிறவிலேயே தீவிரமான தீட்சண்யமான அறிவும் ஆற்றலும் கொண்டது. அந்தக் காலத்திலேயே நாராயணசாமி ஐயர் எஃப். ஏ. (F.A.) படித்துவிட்டு, அரசு உத்யோகத்தில் மத்திய அரசு ஊழியராக தபால்தந்தி இலாகாவில் போஸ்ட்மாஸ்டராக சுவாமிமலைக்கு மாற்றலானார்.

காவிரியின் அற்புதமான வலிமையும், வானார்ந்த விருட்சங்களின் நிழலும், வெற்றிலைக் கொடிக்கால்களின் அரவணைப்பும், கரும்பும், நெல்லும் வயல்சூழ் செழிப்பமும் நாராயணசாமி ஐயரை மிகவும் கவர்ந்ததில் ஆச்சரியமில்லை. சுற்றிலும் காவிரி, குடமுருட்டி, திருமலைராஜன், அரசலாறு, ஜம்புகாவேரி என்று பசுமையையும், நீரின் தன்மையையும் வாரி இறைக்க க. நா. சு. என்கிற கந்தாடை நாராயணசாமி ஐயரின் புதல்வன் சுப்ரமணியம் சுவாமிமலையில் பிறந்தார். அங்கேயே

சுவாமிமலை கோயிலருகே தொடக்கப் பள்ளியிலும், பின்னர் அங்கிருந்து ஆறுகளையும். வாய்க்கால்களையும் கடந்து கும்பகோணத்திலும், நேட்டிவ் உயர்நிலைப் பள்ளியிலும் தனது ஆரம்பக் கல்வியைத் தொடங்கினார்.

க.நா. சுப்ரமண்யத்தின் தந்தையார் நாராயணசாமி ஐயர் சிறு வயதிலேயே அவர் தந்தையாரால் முழுமையான கட்டுத் திட்டங்களோடு வளர்க்கப்பட்டார். எப்படியாகிலும் ஒரு நல்ல சம்பாத்யமுள்ள அரசு ஊழியராய்ச் சேர்த்துவிட வேண்டும் என்பதற்காக அந்தக் காலத்திலேயே மிகவும் சிரமப்பட்டு அவரை ஆங்கிலக் கல்வி முறைக்கு மாற்றிப் படிக்க வைத்தார். அடிமை இந்தியாவில் மெக்காலே கல்வி முறையை ஒருபுறம் ஆங்கில வாரிசுகள் ஏற்படுத்தினர் என்பது உண்மையே. ஆனாலும் கிரேக்கம் என்கிற ஒப்பற்ற, ஈடு இணையற்ற ஒரு மொழியின் நாகரிகத்தால் விஞ்ஞான வளர்ச்சியைப் பெற்றுக் கொண்ட ஆங்கில மொழியானது என்னதான் அடிமைத் தனத்தைக் கற்றுக் கொடுத்தாலும், சிந்தனையின் சுதந்திர வேகத்தை பிரிட்டிஷ், ஏகாதிபத்தியத்தாலும் தடை செய்துவிட முடியவில்லை என்கிற பயங்கர உண்மையை ஆங்கிலத்திலிருந்தேதான் அன்றைய சுதந்திரப் போராட்ட வீரர்களும் கற்றுக் கொண்டார்கள்.

இளைஞரான சுப்பிரமணிக்கோ தன் தந்தையாரின் ஆங்கில அடிமை மோகம் அறவே பிடிக்கவில்லை. இந்தியாவின் இழிநிலையை மாற்ற அந்த இளைஞனிடம் வலுவுமில்லை. என்றாலும் மிகக்கூர்மையான தீட்சண்யமான அறிவு இருந்தது. அதை அடிப்படையாகக் கொண்டு ஆங்கிலத்தில் அற்புதமான சுதந்திரச் சிந்தனை கொண்ட கிரேக்க தத்துவ ஞான அடிப்படையுடன் சில இலக்கியக் கட்டுரைகளைத் தீட்டினான். படிக்கும்பொழுதே கவிஞனின் தீவிரத்தை உணர்ந்த நாராயண சாமி ஐயர் அபாயச்சங்காக மாறினார். இங்கிருந்தால் மகன் உருப்படமாட்டான் என்று அவர் சகோதரனிடம் அனுப்பி வைத்து ஐயரின் இலக்கிய வேகத்தையும், சுதந்திர தாகத்தையும் ஒடுக்கினார். கல்கத்தாவில் கல்வி பயின்று பாதியிலேயே தன் கனவுகளைப் பலிகொடுத்து விட்டு தந்தையாரின் விருப்பத்திற் காகவும், குடும்பப் பாதுகாப்புக்காகவும் ஒரு மத்திய அரசு ஊழியனமாக தபால்தந்தி இலாகாவில் தனது ஆசைகளைப் பலியிட்டார் சுப்பிரமண்ய ஐயர். சுவாமிமலைக்கே மீண்டும் திரும்ப வந்து தன் குடும்பத்துடன் கலந்து கொண்டார். எளிய, சிறிய குடும்பம். கல்வியில் நாட்டமிருந்தும், கலைத் திறனிருந்தும், கலைகளில் ஈடுபாடு இருந்தும் ஒரு வெறும் குமாஸ்தாவாக தனது வாழ்வைக் கழிக்க வேண்டிய சூழ்நிலையில் இருந்த சுப்ரமண்ய ஐயரின் பிரலாபம் யார் காதுகளிலும் ஏறவேயில்லை.

ஆனால் நாராயணசாமி ஐயரின் தாயார் சானுப்பாட்டி மட்டும் 'ஒனக்கு என்னடா கவலே? உன் பையனை இப்பவே நான் மகாதேஜஸ்வியாய் பார்க்கிறேன். என்னமாய் பேசுகிறான்? என்னமாய் படிக்கிறான்? என்ன குறும்பு தெரியுமோ?' என்று க.நா.சு.வின் ஆசைகளுக்கு வடிகால் வெட்டிவிட்டவர் சானுப்பாட்டி நாராயணசாமி ஐயர் ஏராளமாகப் படிக்க வேண்டுமென்ற ஆவல் கொண்டவர். ஆங்கிலத்தில் எழுதி உலகப்புகழ் பெற்று இலக்கியத்தின் கொடுமுடிகளை எட்டி, இந்தியனின் திறமையை உலகுக்குச் சொல்ல பேராவல் கொண்டிருந்தவர். ஆனால் அவர் உப்புப்புளி அரிசிக்காக, குடும்ப சம்ரட்சணைக்காக ஒடுங்கிப் போனார். காலம் கனியும் என்ற நம்பிக்கை அவரிடம் இல்லை. வேலை நேரம் போக ஹிந்து பத்திரிகையை படிப்பதில் ஆழ்ந்திருப்பார். நமது க.நா. சுப்ரமண்யம் எதுவுமே பேசாமல் அப்பாவையே பார்த்திருப்பான். அது என்ன? இது என்ன? என்ற வழக்கமான கேள்விகள் அவனிடமிருந்து எழுவதே இல்லை என்பதைக் கூர்ந்து கவனித்தார் நாராயணசாமி ஐயர். வழக்கமாகக் குழந்தைகள் ஈடுபடும் விளையாட்டுகளில் க.நா. சுப்ரமண்யம் ஈடுபடுவதே இல்லை. எப்பப் பார்த்தாலும் சானுப்பாட்டியிடம் உட்கார்ந்து கதை கேட்டுக் கொண்டு இருப்பான். நிலவிலும் நட்சத்திரங்கள் இரைந்து கிடக்கும் பின்னிரவுக் காலங்களிலும் சானுப்பாட்டியின் அற்புதமான கதை உலகம் க.நா.சுப்ரமண்யத்திற்கு உரமூட்டியது. கதை சொல்வதில் பல நயங்களை சொல்லிக் காட்டுவதில் பல கற்பனைகளை அப்போதே கற்றுக் கொண்டிருந் தான் க.நா. சுப்ரமண்யம். எப்பொழுது பார்த்தாலும் பெரியோர் களுடன் பெரிய பேச்சு பேசுவதில்தான் ஆர்வம். பெரியோர்கள் அவனது அறிவை உரசி மோத விடுவார்கள். படிப்பில் படு சுட்டியாக இருந்தான் க.நா. சுப்ரமண்யம். சானுப்பாட்டி சொன்ன ராஜா ராணி கதைகளை நம்ப மறுத்தது அவன் மனம். அப்பாவிடம் சொல்லி ஒருமுறை தஞ்சை அரண்மனையைச் சுற்றிப் பார்க்க வந்துவிட்டான். தஞ்சாவூர் அவன் இதயத்தைக் கவ்வியது.

பள்ளிப்படிப்பை சிறப்பான முறையில் பயின்ற க.நா. சுப்ரமண்யம் அந்தக் காலத்தில் தஞ்சையில் கல்லூரி இல்லாததால் தென்னகத்தின் கேம்பிரிட்ஜ் என்று அழைக்கப்படும் கும்பகோணம் அரசு கல்லூரியில் சேர்ந்தார். தென்னாட்டின் அன்றைய மிகச் சிறந்த புகழ்பெற்ற பேராசிரியர்கள் பலரும் இங்குதான் பயின்றனர்; பணியும் புரிந்தனர். பிற்காலத்தில் க.நா.சு. வைப் போலவே புகழ்பெற்ற தேசிகன் கு.ப. ராஜகோபாலன், தி. ஜானகிராமன், ஐ.சாமிநாதன், எம்.வி. வெங்கட்ராம் போன்ற பலரும் முன் பின்னாக இங்குதான் பயின்றார்கள். க.நா. சு. இங்கும் தனது

அறிவின் எல்லைகளை விஸ்தீரணப்படுத்திக் கொண்டார். என்றாலும் கேலியும், கிண்டலும் பொங்கும் இளமைப்பருவம், இளைஞர்களுடன் சேர்ந்து சுற்றுவது, விளையாடுவது போன்ற பல இளம் வயது விளையாட்டுகளுடன் தொடங்கின. தினமும் சுவாமிமலையிலிருந்து குடந்தை வந்து கல்லூரி செல்வது அவரது கற்பனைகளை வளர்த்தது. அற்புதமான நூல்களைத் தேடிப் படித்து சமகாலத்து இலக்கியாசிரியர்கள், பேராசிரியர்கள் அறிந்திராத பல புதிய இலக்கியங்களையும், இலக்கியாசிரியர் களையும் தத்துவாசிரிய விருத்தங்களையும் க.நா.சு. படித்ததனால் 'படித்தவர்கள்' என்பவர்களின் பாசாங்கும் பாவலாவும் புரிந்தது. ஷேக்ஸ்பியரை தெரிந்திருக்கும் பேராசிரியர்கள்கூட டி.எஸ். எலியட், எஸ்ராஃபவுண்ட் போன்ற நவீன படைப்பாளிகளைத் தெரிந்து கொண்டிருந்த முடியவில்லை. க.நா. சுப்ரமண்யம் எழுதிய பரிட்சை பேப்பர்கள் பலத்த சர்ச்சையை விளைவித்தன. அவர்களது கோபப் பார்வைக்கும் ஆளாயிற்று. பரிட்சை எழுதும் விடைத்தாள்களில் க.நா.சு. எழுதும் விதம் மற்றும் உதாரண புருஷர்களின் மேற்கோள்கள் பலருக்கும் தெரியாத-தாலேயே மார்க்குகள் குறைக்கப்பட்டன. சென்னை, கல்கத்தா போன்ற பெருநகரங்களில் படித்திருக்க வேண்டிய அவரது படிப்பு கும்பகோணத்திலிருந்து மாற்றப்பட வேண்டிய நிர்ப்பந்தத்துக்கு ஆளாயிற்று. சிதம்பரம் அண்ணாமலைப் பல்கலைக்கழகம் சமகாலத்தில் துவங்கப்பட்ட புதிய பல்கலைக் கழகம்.

அந்தக் காலகட்டத்தில்தான் க.நா. சு. பி. ஏ. படித்துக் கொண்டிருந்தார். அண்ணாமலைப் பல்கலைக்கழகம் மைக்கேல் ஹாலிடேக்காக மூடப்பட்டு இருந்த போதும் க.நா.சு. அங்குள்ள கல்லூரி மாணவர் விடுதியில் தங்கியிருந்து படித்துக் கொண் டிருந்தார். மழைக்கால வேளை. லேசாகத் தூறிக் கொண்டிருந்த மந்தமான பொழுதில் படிப்பதும் சற்று அசைபோடுவதுமாய் இருந்த வேளை அறையிலிருந்து வெளியே வந்து பார்த்த பொழுது கையில் புத்தகக் கட்டுகளுடன் ஒரு இளைஞர், "இது நான் எழுதிய புத்தகம். தமிழில் எழுதிய நாவல். என் பெயர் சங்கர்ராம். நாவல் பெயர் 'மண்ணாசை' இதைப் போல யாரும் எழுத முடியாது"என்று அந்த மழையிலும் தன் வேர்வையை வழித்துவிட்டுக் கொண்டு சொன்னது க.நா.சு. வுக்கு ஆச்சரிய மாயிருந்தது. 'தமிழில் நாவலா? அதை எழுதியவரே விற்பதா? மூட்டை சுமந்து திரிவதா?' என்று சந்தேகத்துடன் கையில் வாங்கிப் பார்த்தார். 'மண்ணாசை' என்ற அந்தத் தமிழ் நாவல் இன்றைக்கும் தமிழின் ஒப்பற்ற ஆரம்பகால இலக்கியமாக இருப்பதை யாரும் உணரமுடியும். பன்னிரண்டு அணா கொடுத்த

அந்த நாவலை வாங்கத் தயங்குவதாக எண்ணிய சங்கர்ராம் ‘பயப்படவே பயப்படாதீர்கள்! தமிழனுடைய வாழ்க்கைப்பற்றி தமிழர்களுக்காக எழுதியது. பிடித்திருந்தால் பணம் கொடுங்கள்’ என்று சொன்னபோதுதான் க.நா.சு.வுக்கு நவீனத்தமிழ் இலக்கியத்தின் கோர ரசனையும், பரிதாபகரமான அதன் எதிர்காலமும் புரிந்தது. இருவரும் இலக்கிய சர்ச்சைகளில் ஈடுபட்டார்கள். தான் சிறுகதைகள் எழுதி இருப்பதாகவும், நாவல்கள் எழுதும் எண்ணம் இருப்பதாகவும் எதிர்காலத்தைப் பற்றிக் கவலை இல்லை என்றும் சங்கர்ராம் சொன்னபோது க.நா.சு. வுக்குள்ளும் ஏதோ மாற்றம் நேர்ந்து கொண்டிருந்தது அவருக்கே தெரியாது. அந்த முறை சுவாமிமலை சென்றபோது இதுபற்றி தகப்பனார் நாராயணசாமி ஐயரிடம் பேசியபோது பையனின் புத்தி வக்கிரமாக வேலை செய்யத் தொடங்கி விட்டதை அவர் கண்டித்தார். க.நா.சு. வுக்கோ ஆங்கிலத்திலும் தமிழிலும் எழுத முடியும், எழுத வேண்டும் என்ற பேராவல் பிறந்திருந்தது. வெளிநாட்டுப் பத்திரிகைகளுக்கு இந்திய வாழ்க்கையை எழுத க.நா. சு. வெகுவாய் சிரமப்பட வேண்டி யிருந்தது. இந்தியனைப் பற்றியோ இந்திய வாழ்க்கை பற்றியோ எதுவுமே தெரியாத வெளிநாட்டு ரசிகன் க.நா.சு.வின் கதைகளை புரிந்துகொள்ள இந்திய வாழ்க்கையையே அடிக்குறிப்பாக எழுதினால் கதையைவிட அடிக்குறிப்பு பெரிதாகிவிடுகிறது. உதாரணமாக அன்று சங்கரன் வீட்டில் சிரார்த்தம் என்று ஒரு வாக்கியத்தில் எழுத வேண்டியதை சிரார்த்தத்தைப் பற்றி ஒரு கட்டுரையே எழுதி கதையுடன் இணைக்க வேண்டிய ஒரு நிர்ப்பந்தம். ஆனாலும்கூட ஐரோப்பிய பத்திரிகைகள் சில க.நா.சு. வின் அசகாய சூரத்தனமான, முரட்டுக் கதைகளை வெளியிட்டு கௌரவித்தன என்பதை இங்கு நினைவில் கொள்ள வேண்டும். தனது விரிந்த இலக்கிய ஞானத்தை மென்மேலும் ஆழப்படுத்துவதற் கென்றே அன்றைய தமிழர்கள் யாரும எட்டித் தொடமுடியாத முயற்சிகளில் க.நா. சு. இறங்கினார். அண்ணாமலைப் பல்கலைக் கழகத்தில் இருக்கின்ற காலத்திலேயே கடுமையாக அப்பியாசித்து பிரெஞ்சு மொழியையும் ஜெர்மன் மொழியையும் கற்றார். தானாகவே சுயபோதினி நூல்களை வைத்துக் கொண்டு எழுதி கற்றார். ஸ்காண்டிநேவிய ஸ்வீடிஸ் பாஷைகளையும் மெல்ல மெல்லப் பயின்றார். நாராயணசாமி ஐயரோ பையன் குட்டிச் சுவராகிக் கொண்டிருக்கிறான் என்று கவலைப்பட ஆரம்பித்தார். அந்தக் காலத்தில் உலக இலக்கியம் என்றால் அது ஆங்கில இலக்கியம்தான்; ஐரோப்பிய இலக்கியம் என்று அது பொருள் படாது. க.நா. சு. வுக்கோ வரையறைகளை உடைத்துக் கொண்டு பாய்வதிலேயே பேரார்வம் இருந்தது. இதற்கிடையில் நாராயண சாமி ஐயர் க.நா.சு.வுக்கு திருமண ஏற்பாடு செய்ய முன்றார். இதே

காலகட்டத்தில்தான் க.நா. சு. வின் இலக்கியக் கட்டுரைகளும் ஆங்கிலத்தில் வெளிவந்தன. West wind Argosy Bloomed horn போன்ற ஆங்கில இலக்கியப் பத்திரிகைகள் கட்டுரைகளைக் கேட்டு வாங்கிப் பிரசுரித்தன. உலக இலக்கியத்தரம் என்று ஒன்றுண்டு என்பதை இந்திய இலக்கியத்தில் முதலில் சொன்னவர் க.நா.சு. தான். ஏனென்றால், இந்திய இலக்கியம் என்றாலே தமிழ்தான். மற்ற மொழிகளில் அது சமஸ்கிருத இலக்கியம் என்றே பொருள்படும். நெடுங்கணக்கு என்ற அ, ஆவன்னா முதற்கொண்டு தமிழ் தவிர ஏனைய இந்தியப் பிறமொழிகள் எல்லாம் சமஸ்கிருதத்தையே அடியொற்றி வளர்ந்திருந்தன. ராமாயணத்தையும் பாரதத்தையும் நீக்கிவிட்டால் இந்திய மொழிகள் ஒவ்வொன்றும் நொண்டி அடித்துக் கொண்டு கீழே விழுந்துவிடும். ஏனென்றால் அந்தந்த மொழிகளில் சமஸ்கிருதத்தின் ராமாயணம், பாரதம் இவைகள்தான் மூல முதல் படைப்புகளாக அன்று மிச்சம் இருந்தன. ஆனால் தமிழ் அப்படி இல்லை என்பது க.நா. சு. வுக்கு பெரும் வியப்பாகப் போய்விட்டது. ஆங்கில மொழிபெயர்ப்புகளின் மூலம் தமிழின் தரத்தை அதன் தனித்துவத்தை க.நா. சு. அறிந்தே இருந்தார். சமஸ்கிருதத்தில் வேதங்கள் தனிமொழியாகப் பயில்வது போல் தமிழிலும் சங்க இலக்கியம் என்ற புதிய மரபு இருப்பதை மெல்ல மெல்ல உணர்ந்தார். தமிழில் அவற்றை கற்கவும் முனைந்தார். இருட்டு முட்டுகாடுகளுக்குள் நுழைந்து இரத்தம் கக்குவது போல இருந்தது அந்த அனுபவம். இந்தச் சமயத்தில்தான் பாரதி எழுதிய கவிதைகளின் தொகுப்பு அவருக்குக் கிடைத்தது. திணறிக் கொண்டிருந்த க.நா.சு. வுக்கு வெளிச்சமிட்ட ராஜ பாட்டை தெரிந்துவிட்டது. தமிழிலும் கவிதை எழுத முடியும். இதோ தமிழ்க் கவிதை! இதுவல்லவோ எழுத்து? மனதில் எண்ணியதை, சொல்லில், செயலில் வடித்துக்காட்டிய பாரதியை தன் வழிகாட்டியாக வெளிப்படையாக ஏற்காவிடினும் பாரதியின் அற்புதமான கவிதை, வசன, வெளியீட்டுத் திறனுக்கு அடிமை யானார். ஆனால், பாரதியைப் பற்றி யாரும் உயர்வாகப் பேசவில்லை என்பதை வருத்தத்துடன் உணர்ந்தார். அப்பொழுதுதான் தைரியமாக தமிழ் எழுத க.நா.சு. முயன்றார். அந்தக் கட்டுரையைக் கண்ணுற்ற அவர் தந்தை நாராயணசாமி ஐயர் பையனை யாரோ கெடுத்துவிட்டார்கள் என்று கூச்சலிட்டார். ஆங்கிலத்திலும் எழுதுவதாக தகப்பனாருக்கு வாக்களித்தார் க.நா.சு. தமிழ் நூல்கள் தேடி புரட்டிப் பார்த்தபோது தமிழின் வறுமை புலப்பட்டது.சுதேசமித்திரன்,விகடன் ஆகிய இரண்டு பத்திரிகைகள் தான் தமிழ் இல்லங்களில் நுழைந்து கொண்டிருந்த நேரம். தானும் அதற்கெனவே கட்டுரைகள் எழுத ஆரம்பித்த போது தான் தமிழ் எத்தகைய உயிருள்ள மொழி என்பது தெரியவந்தது.

ஆனாலும் அவரது படைப்புகளை வெளியிடாத போது மணிக்கொடி என்கிற பத்திரிகை ஒன்றின் பிரதி அவரது கைக்குக் கிடைத்தது யார் மூலமாகவோ? ஆஹா! என்ன உரைநடை!! என்று வியந்து நின்றார். அதில் எழுதிய இளைஞர் களின் உத்வேகம் க.நா.சு. வையும் பிடித்துக் கொண்டது. அதன் ஆசிரியரான வரா. என்கிற திருப்பழனம் வ. ராமசாமி ஐயங்காருக்கு க.நா.சு. கடிதம் எழுதினார். கட்டுரை அனுப்பினார். கட்டுரையும் கதையும் பிரசுரமாயிற்று. ஆங்கிலத்தில் எழுதுவதில் இத்தனை இன்பம் இல்லை என்பது கநா.சு. வுக்குப் புரிந்தது. தகப்பனாருக்கும் மகனுக்கும் தொடர்ந்து மனஸ்தாபம் ஏற்பட்டது. பையன் க.நா. சுப்ரமண்யம் எந்த வேலைக்கும் போகக்கூடாது. சம்பாத்யத்துக்காக க.நா.சு. அலையக்கூடாது. ஆங்கிலத்தில் சம்பாத்தியமே இல்லை யென்றால்கூட மகன் எழுதிக் கொண்டும், படித்துக் கொண்டும், தத்துவார்த்தங்களின் கண்டுபிடிப்புகளை கண்டுபிடித்துக் கொண்டும் வாழ்ந்தாலே போதும்! என்று பலமுறை மகனிடம் எதிர்கால வாழ்க்கை பற்றிக் கவலைப்படாதே! உனக்காக என் சம்பாத்தியத்தில் பெரும்பகுதி மிச்சம்பிடித்து சேகரித்து வைத்-திருக்கிறேன். பாக்கியுள்ள காலத்திலும் நீ வெறும் சோற்றுக்குப் பஞ்சமாய் நின்று, ஈனச்சிறு மனிதரைப் போல வாழவேண்டி இராது. எழுபத்தையாயிரம் ரூபாய் சேகரித்து வைத்திருக்கிறேன். (இன்றைய மதிப்பு பல லட்சம்) நீ கவலைப்படாதே! ஆனால் தமிழில் எழுதி நீ வீணாகப்போகலாகாது. ஆங்கிலம்தான் உலகை ஆளும் மொழி! ஆங்கிலத்தில்தான் உலக இலக்கியம் என்று ஒன்றிருக்கிறது. மற்ற மொழி இலக்கியங்கள் எல்லாம் வெறும் அழகுணர்ச்சி சார்ந்தவைதான் தவிர, அறிவார்த்தமான, உலகளாவிய, தத்துவார்த்த சிந்தனைகளின் இலக்கிய வடிவம் அல்ல என்று தன் மகனான க.நா.சுப்ரமண்யத்திற்குப் பலமுறை தீர்க்க தரிசனம் கூறினார் நாராயணசாமி ஐயர் என்கிற தீவிர இலக்கியவாதி. ஆமாம்! எண்பது வருடங்களுக்குப் பின்னால் க.நா.சு. வின் படைப்புகளை அவதானித்து பரிசீலித்து நோக்கும் போது கநா. சுப்ரமண்யத்தைவிட நாராயணசாமி ஐயர் எத்தகைய தீர்க்கதரிசன இலக்கியவாதி என்பதை ஒவ்வொரு இலக்கிய ரசிகனும் கவலையுடன் உணராமல் இருக்க முடியாது. ஆம். க.நா.சு. தன் வாழ்க்கையையும், எதிர்காலக் கனவுகளையும் வளம் மிகுந்த புகழையும் தமிழுக்காக பலி கொடுத்தார் என்பதுதான் உண்மை. ஆங்கிலத்தில் மட்டுமே எழுதியிருந்திருந்தால் இன்னும் சிறப்பாக வாழ்ந்திருக்க முடியும் என்றாலும், க.நா.சு. தன் இறுதி நாட்கள் வரை இதை ஒப்புக் கொள்ளவே இல்லை. அவரது 60 ஆண்டுகால டைரியில் பலமுறை இந்த விஷயத்தை அவர் வலியுறுத்தியிருக்கிறார். என் தந்தையார் அந்தக் காலத்து

மனிதர். ஆங்கிலத்துக்குத்தான் வாழ்க்கை உண்டு என்று கருதிய பழமைவாதி என்று அவர் தந்தையாரை விமரிசிக்கிறார்.

சிதம்பரத்தில் சிறந்த வக்கீலாகத் திகழ்ந்த கிருஷ்ணமூர்த்தி ஐயரின் புதல்வி ராஜி என்னும் பெண்ணை க.நா.சு. வுக்கு அவர் தந்தையார் திருமணம் செய்வித்தார். கிருஷ்ணமூர்த்தி ஐயருக்கு மருமகனின் அறிவின் மீது அபார பிரேமை. படித்துக் கொண் டிருக்கும் போதே அவர் திருமணம் சிறப்பாக நடந்தது. மருமகனின் திறமைக்கு ஆயிரம் வேலைகள் காத்துக் கொண்டிருந்த நேரம் அது என்று அவரும் நம்பினார். மருமகனின் படைப்புகள் வெளிநாட்டு, உள்நாட்டு இதழ்களிலும் வருவதைக்கண்டு பெருமிதமும் புளங்காகிதமும் எய்தினார். அழகான மனைவி. அமைதியான குடும்பத்துடன் - பெரிய பேறுகள் கிடைப்பது போல இந்தக் காலத்து இளைஞர்கள் யாருக்கும் கிடைக்காது என்பதை இந்த நேரத்தில் நினைவில் கொள்ள வேண்டும். பையன் பெரும் வெற்றிகளை ஈட்டப் போகிறான் என்று கருதியிருந்த வேளையில் பாடத்தைத் தவிரவேறு பல வழிகளில் கவனத்தைச் செலுத்தியிருந்த க.நா.சு. பி.ஏ-யில் ஒரு பாடத்தில் தோல்வி யுற்றார். க.நா.சு. அடுத்த பரீட்சையில் பாஸ் செய்துவிட்டார் என்பது வேறு விஷயம் என்றாலும் மகனின் மேதைமையில் தனிக்கசப்பு நேர்ந்துவிட்டது தந்தைக்கு. பி.எஸ். ராமையா என்கிற எழுத்தாளரின் கடிதமும். வ.ரா. எனும் திருப்பழனம் வ.ராமசாமி ஐயங்காரின் தினமணியில் இருந்து வந்த கடிதமும் க.நா.சு.வை தைரியமும் துணிவும் கொள்ள வைத்தன. முக்கியமாக வரா. ஊக்கப்படுத்திய கடிதம் இப்படி முடிந்திருந்தது. “உன்னிடம் அபாரமான கலைத் தன்மையும் நுண்மையான படிப்பும், தெளிவான சிந்தனையும், யாருக்கும் அஞ்சாத வெளியீட்டுத் திறனும் அடங்கியிருக்கிறது, பாண்டியா! புறப்பட்டு சென்னை வா! பத்திரிகை உலகம் உன்னை அழைக்கிறது. வாழ்வது பெரிதல்ல. வெல்வதுதான் பெரிது!” இப்படி எழுதினால் எந்த இளம் எழுத்தாளனுக்கு தான் தலைசுற்றி ஆடாது? தகப்பனார் முன்சென்று நின்றான் பையன். ‘என்ன?’ என்றார், தகப்பனார். ‘சென்னைக்குப் போகிறேன்’ என்றான், பையன். ‘பொண்டாட்டி’... என்றார், தகப்பனார். ‘அவளை பிறந்தாத்தில், சிதம்பரத்தில் விட்டுவிட்டுப் போவேன்’ ‘நான் சொன்னதைக் கேட்க மாட்டாயா?’, ‘தமிழில் எழுதப் போகிறேன்’, ‘எழுதி சம்பாதிக்க முடியாது’, ‘பார்ப்போம், அதையும்.’ புதிய மனைவி கண் கலங்கி, சிதம்பரத் திலிருந்து விடைகொடுக்க எல்லோரையும் கசக்கச் செய்தபடி கையில் ஒரு டைப்ரைட்டர், கத்தைக் கத்தையாகக் காகிதங்கள், மொழிபெயர்ப்புகள் ஆகியவற்றோடு சென்னைக்கு ரயிலேறினார் க.நா.சுப்ரமண்யம்.

அத்தியாயம் - 2

செல்லும் வழி இருட்டு, சிந்தை அறிவினிலோ தனிச்சுடர்

தன் படைப்புகளுடன் ஒவ்வொரு பத்திரிகை உலகமாய் ஏறி இறங்கினார் க.நா.சு. தனது 76-வது வயதிலும்கூட இந்தக் காரியத்தை அவர் நிறுத்தவே இல்லை. எழுதித்தான் வாழ்வது என்று தீர்மானித்தபின் அதிலென்ன வெட்கம். ஒருதடவை மலையாள இலக்கிய ஆசிரியர் 1988 வாக்கில் தகழி சிவசங்கரன் பிள்ளை இவரைச் சந்தித்தபோது "இப்போது எவ்வளவு ரூபாய் வாங்குகிறீர் ஓய்! எழுத்துக்கு?" என்று க.நா.சு.விடம் கேட்ட போது, தமது 76 வது வயதில் க.நா.சு. சொன்ன பதில் பக்கத்தில் இருந்த எனக்கு அச்சத்தையும் நடுக்கத்தையும் தந்தது. அதே ஐம்பது ரூபாய்தான். இப்போதாவது ஐம்பது ரூபாய் தர்றான். பத்து வருஷத்துக்கு முன்பு பதினைந்தோ, இருபதோதான்.

"தேடிச்சோறு நிதம் தின்று-பல
சின்னஞ்சிறு கதைகள் பேசி
வேடிக்கை மனிதரைப் போல்
வீழ்வேனென்று நினைத்தனையோ?

என்று பாரதியின் வரிகளைப் பாடாது செயலில் காட்டினார் க.நா.சு. தினமணி ஆபீசுக்குச் சென்றபோது அங்கே இவரை வரவேற்க யாரும் இல்லை. அங்கிருந்த உதவி ஆசிரியரிடம் தனது கதை ஒன்றைக் கொடுத்துக் கொண்டிருக்கிறார் க.நா.சு. உள்ளே இருந்து தலைமுழுவதும் நரைத்த முடியோடு, தூக்கிச் சீவிய படிமானத்துடன் எழுத்தாளருக்கே உரித்தான ஜிப்பாவுடன் (கதர்) தூய வெள்ளை வேட்டியுடன் உள்ளே வந்த அந்த மனிதர் யாரைய்யா நீர்? உன் பெயரென்ன? எழுத்தாளனோ? என்று கேட்டார். வெடுக்கென்று கையெழுத்துப் பிரதியை அவரே பிடுங்கிப் பார்த்துவிட்டு என்னைய்யா கே.என். சுப்ரமணியம் என்று போட்டு இருக்கிறீர்? உம்மபெயர் கே.என். சுப்ரமண்யனா? உன்னுடைய கட்டுரையை எங்கோ படித்திருக்கிறேனே? நீர் என்ன ஆங்கிலேயனுக்குப் பிறந்தவனா? கே.என். சுப்ரமண்யம்

என்று எழுத? என்றார். வ.ரா. பக்கத்தில் இருந்த குமாஸ்தா வ.ரா. என்று அறிமுகம் செய்தார். கே.என். சுப்ரமண்யம் என்றெல்லாம் எழுதாதீர். கந்தாடை நாராயணசாமி ஐயர் மகன் சுப்ரமண்யம் அல்லவா நீர்? க.நா.சு. அல்லது க.நா. சுப்ரமண்யம் என்று எழுதும். இதுதான் உமது பெயர் என்று ஓங்கி அடித்தார் வ.ரா. வ.ரா. வின் தீட்சண்யமான கண்களும், அவரது சத்தியாவேசமும் அவரது தைரியமும் க.நா.சு. வை ஆட்கொண்டன. அன்றே தமிழ் இலக்கிய உலகத்தின் ஈடு இணையற்ற கலைஞன் க.நா.சுப்ரமண்யம் பிறந்தார். ஆங்கிலத்தில் எழுதும்போது கூட Ka. Naa. Su. என்றே தனக்குத் தானே நாமகரணமிட்டு தமிழகத்தின் தனிச்சுடராய் விளங்கினார் க.நா.சு. எத்தனையோ பேர் மாற்றிக் கொள்ளச் சொன்ன போதும்கூட, வ.ரா. எடுத்து வளர்த்த பிள்ளையல்லவா இது? அஞ்சாமை, தூங்காமை, துணிவுடமை இவைகளுடன் எதற்காகவும் யாரிடமும் தனது 76 வயது வரை போய் நிற்காத தீரம் கொண்டு தன் கருத்துகளுக்கு இரண்டாவது முறை மாற்றுக் கருத்துச் சொல்லாது அபிப்ராயங்களை ஆணித்தரமாக அறைந்து சொல்லி, பாரதி சொன்னானே,

> **‘ நச்சை வாயிலே கொணர்ந்து**
> **நண்பரூட்டும் போதிலும்**
> **அச்சமில்லை! அச்சமில்லை!**
> **அச்சமென்பதில்லையே’**

என்ற கொள்கையைக் கையிலேந்தி எதற்காகவும் பின்வாங்காது சாவின் கடைசி நேரம் வரை தமிழிலக்கியப் பணி செய்து மாண்டவர்தான் க.நா. சுப்ரமண்யம்.

அத்தியாயம் - 3

நெஞ்சில் உரமுமின்றி....
நேர்மைத் திறமுமின்றி...!

க.நா.சு. வாழ்நாளில் தீர்மானித்துக் கொண்ட ஒரு முக்கிய மான சட்டம் ஒரு நாளைக்கு குறைந்தது 10 பக்கங்களையாவது தமிழில் சுயமாக எழுதுவது. 15 பக்கங்களேனும் ஒவ்வொரு நாளும் ஏதாவது ஒரு மொழியில் இருந்து தமிழுக்கு மொழி பெயர்ப்பது. 10 பக்கங்களேனும் குறைந்தது ஆங்கிலத்திலேயே புதியதாகப் படைப்பது. இவைகள் போக மதிப்புரைகள், விமரிசனங்கள், அபிப்ராயங்கள் தனியாக எழுதுவது, வெளியிடு வதற்கு யாரும் முன்வரவில்லை. இதனால் இந்த எழுத்து நிர்மாணம் பலரால் கேலி செய்யப்பட்டது. பிற்காலத்தில் உடல்நலக் குறைவால் ஓய்ந்திருந்த நேரங்களிலும் பணி குறைந்ததேயன்றி அறவே அற்றுப் போகவில்லை. 70 வயதுக்கு மேலும், தன் கண் கெட்டிருந்தபோதும் கூட தமிழில் எழுதுவதை அவர் நிறுத்தவே இல்லை.

க.நா.சு. சிரித்துக் கொண்டே சொன்னார் : 'இந்தக் கதைகளென்ன, இதைவிடத் தீவிரமான, அழுத்தமான, விறு-விறுப்பான கதைகளை எழுதித்தர முடியும் என்று வாசனின் முன்னமே சபதம் செய்துவிட்டு சாயங்காலமே அவரிடம் கூறியதுபோல 12 விறுவிறுப்பான சம்பவங்களை எழுதிக்கொண்டு போய் கொடுத்ததும், எஸ்.எஸ். வாசன் இப்படித்தானய்யா எழுத வேண்டும். கதை என்றால் கீழே வைத்துவிட முடியாதபடி சுறுசுறுப்பும், விறுவிறுப்பும் இருக்க வேண்டும். "நீ பேசாமல், விகடன் காரியாலயத்தில் சேர்ந்துவிடும். அவ்வப்போது விகடனுக்குக் கதை எழுதினால் போதும்" என்று கூறியபடி இருநூறு ரூபாய் பணத்தை (அன்று பல ஆயிரங்களுக்கு சமம்) க.நா.சு. வின் கைகளில் கொடுத்து அவருக்கு ஒரு வாழ்க்கை வழியை சுட்டிக் காட்டினார் எஸ்.எஸ்.வாசன். ஆனால் விதி யாரை விட்டது? உலக இலக்கியச் சோலையில் கற்பூரப் பூங்கொம்பாக தமிழ் இலக்கியம் உருவாக வேண்டும் என்று கனவுகண்டு கொண்டிருந்த க.நா.சு. எப்படி தனது வாழ்நாளின் லட்சியங்களை 20 சல்லிக்

காசுக்கு விற்கமுடியும்? தமது 76 வயது வரை அசைவிலா ஊக்கத்துடன் நினைத்ததை எழுதி சாதித்து வந்த க.நா. சுப்ரமண்யம் அன்றே இவைகளை கீழே எறியத் தயாராக இல்லை. மனம் விசித்திரமானது. விசித்திரமான இம்மனநிலையையும் அவர் வளர்த்தே வந்தார். வெகுஜனங்கள் அதிகமான ஆழமான படிப்பறிவற்றவர்கள். குழந்தைதனமான ரசனைகள் உள்ளவர்கள் மிகவும் நுண்மையான இலக்கிய ரசனை அற்றவர்கள். அவர்களும் படிக்கத்தானே வேண்டும். மிகச் சிறந்ததை வெகுஜன ஆதிக்கம் எட்டிப்பிடிக்க முடியாவிட்டாலும் ஏகதேசம் ஒரு மேம்போக்கான தரத்திலேனும் படிப்படியாகவும் அவர்கள் தங்கள் தரத்தை உணர்வதுடன் உலகத் தரத்தின் இலக்கியத்தையும் எட்டித் தொட்டுணர்வார்கள் என்று தனது 76-வது ஆண்டு வரை அதற்காக அவர் நம்பி உழைத்து வந்த கதை தனிக்கதையாகும். ரொம்ப பேருக்கு க.நா.சு. தீவிரமான ரசிக - விமரிசகர் என்று மட்டுமே நம்ப முடிந்தது. என்றாலும் அவரும் வெகுஜன ஆதிக்கத்தை மறுத்தவர் அல்லர் என்று தெரிந்துகொள்ள கஷ்டமாகத்தான் இருக்கும். சாதாரண தமிழ் ஜனங்களுக்கு மிக உயர்ந்த இலக்கிய விஷயங்களைத் தருவதற்காக 'தழுவல்' என்கிற இலக்கிய உத்தியின் மூலமாக அந்தக்காலத்து விகடன், சுதேசமித்திரன், இமயம், சக்தி ஜோதி போன்ற இதழ்களில் அவர் செய்து வந்தார். க.நா.சு.வை மறுக்கிற அவரது எதிர்விமரிசனக் கூட்டத்தினர் இதையே க.நா.சு. வின் பலஹீனம் என்று குறிப்பிடும் வழக்கம் உண்டு. ஏராளமாக அவர் தன்னை நிலைநிறுத்திக் கொள்வதற்காகப் பல்வேறு வழிகளையும் முயன்றார். வெகுஜன ஆதிக்கத்தை அடிப்படையாகக் கொண்டு வெளிவந்த ஆனந்த விகடன் இதழ்களுக்கும், மிகத் தீவிரமாக வெளிவந்த சிறந்த இலக்கியப் பத்திரிகைகளான கு.ப. ராஜகோபாலனின் **'கிராம ஊழியன்'**, சாலிவாஹனனின் **'கலாமோஹினி'**, கு. அழகிரி சாமியின் **'சக்திகோவிந்தனின் மலர்கள்'**, எம்.வி. வெங்கட்ராமின் **'தேனீ'**, திருலோகசீத்தாராமனின் **'சிவாஜி'** ஆகியவைகளுக்கும் இடையில் இரண்டுக்கும் நடுவாந்தரத்தில் வெகுஜனப் பத்திரிக்கை ஒன்றை க.நா.சு. வெளியிட்டார் என்கிற பயங்கர சோதனை ஆச்சரியமானது.

விற்பனையில் ஈடுகொடுக்க முடியாத க.நா.சு.வின் 'சந்திரோதயம்' 35,000 ரூபாய்களைக் காவு கொண்ட ஒன்றரை ஆண்டுக்கும் மேல் தன் பயணத்தை நடத்த முடியாமல் தடுமாறியது. க.நா.சு.வை பேசாமல் ஊருக்குப் போய்விடும்படி பல எழுத் தாளத் தோழர்களும் எச்சரித்தார்கள். மணிக்கொடி நின்றதும் க.நா.சு. 'சூறாவளி' எனும் தீவிர இலக்கிய ஏட்டை துவங்கினார். இது சந்திரோதயத்துக்கு முன்னாலே நிகழ்ந்தது. மணிக்கொடியில்

எழுதிக் கொண்டிருந்த பி.எஸ். ராமையா, மணிக்கொடியை முழுக்க முழுக்க சிறுகதைப் பத்திரிகையாக மாற்றினார். தமிழின் மகோன்னதச் சிறுகதைகள் பல நூறுகள் அதில்தான் வெளிவந்தன. க.நா.சு. வின் மிகச் சிறந்த நுண்மையான கதைகள் சிலவும் மணிக்கொடியில்தான் வெளிவந்தன. புதுமைப்பித்தன், ந. சிதம்பர சுப்ரமணியன். சி.சு. செல்லப்பா, பி.எஸ். ராமையா, ந.பிச்சமூர்த்தி, மௌனி, எம்.வி. வெங்கட்ராம் ஆகியோரின் சாவலுக்குச் சவாலான கதைகளுக்கு இடையே க.நா.சு.வின் அருமையான கதைகளும் வெளிவந்தன. என்றாலும் தமிழன் மணிக்கொடியையும் வாழவிடவில்லை. மணிக்கொடி சிதைந்ததும் ராமையா ஆல் இண்டியா ரேடியோவுக்கு ஓடினார். க.நா.சு.வைப் பார்த்து நீயும் வாருமேன்! என்றபோது, ஊருக்குச் சென்று மீண்டும் பணம் கொணர்ந்து சந்திரோதயத்தை உயிர்ப்பிக்க க.நா.சு. முயன்றார் ஊருக்குச் சென்றவுடன் மனைவியின் வற்புறுத்தலும் மாமனாரின் தூண்டுதலும் மீண்டும் நாராயணசாமி ஐயரிடமிருந்து ஒரு பெரும் தொகை ஒன்றை பெற்றுத் தந்தது. மீண்டும் சந்திரோதயத்தை உயிர்ப்பிப்பது பற்றி க.நா.சு.வே சந்தேகப்பட ஆரம்பித்தார். இருந்தாலும் இரண்டு பத்திரிக்கை களை நடத்திய அனுபவம் அவரை மீண்டும் தூண்டியது. புதுமைப்பித்தனும் ப்பி.எஸ். ராமையாவும் அப்போது ஏறத்தாழ திரைப்படத் துறையை நோக்கித் தவம் இருந்தார்கள். தமிழுக்குப் புதிய ரத்தமும், புதிய உயிரும் பாய்ச்சி தமிழை நவீனமாக வளர்த்து உலக இலக்கியங்களோடு கைகோர்த்துவிட கங்கணம் கட்டிக் கொண்ட இளைஞர்களின் கதையில் க.நா.சு.வும் ஒரு முக்கியமான கதாபாத்திரம் ஆனார். ஏராளமான பணத்தை இழந்தார். மணிக்கொடியில் வாழமுடியாமல் தப்பித்து ஓடியவர் களுடன் கநா.சு.வும் தப்பித்து ஓடியிருக்கலாம். ஆனால், அவருடன் சேர்ந்த புதுமைப்பித்தன், ந.பிச்சமூர்த்தி, சி.சு. செல்லப்பா போன்ற அற்புதமான இலக்கியாசிரியர்கள் என்ன ஆனாலும் சரி! என்று எங்கெங்கோ குப்பை கொட்டிக் கொண்டிருந்தார்கள். ஆனால் க.நா.சு. சென்னையிலிருந்த முக்கியமான லைப்ரரிகளில் அங்கத்தினராக மாறுவதும், பணம் கட்டுவதுமாக மென்மேலும் படிப்பதற்கு, ரசிப்பதற்கு முனைந்தாரேயொழிய தமிழ் எழுத் தாளனின் வறுமையும், சிறுமையும் அவரை பயமுறுத்தி விட முடியவில்லை. ஏறத்தாழ பத்தாண்டுகள் தொடர்ந்த வாழ்க்கையில் க.நா.சு.வின் குழந்தை ஜமுனா ஒருத்திதான். அயலக எழுத்தாளர் பலரின் மொழி பெயர்ப்புகளுடன் ஒவ்வொரு புத்தகநிலையமாக, பதிப்புக்காக தேடித் திரிந்தார். சென்னையில் அப்போது மொழிபெயர்ப்பு அலை வீச ஆரம்பித்த நேரம். பதிப்பகங்கள் ஒவ்வொன்றிலும் சில மொழிபெயர்ப்பு நூல்களாவது வெளி வந்தாக வேண்டும் என்ற நம்பிக்கை பிறந்தது. எழுத்தாளர்கள்

பலரும் தாங்கள் சில மொழிபெயர்ப்புகளையாவது செய்ய வேண்டும் என்ற 'மேனியா' தோன்றி இருந்த நேரம். க.நா. சுப்ரமண்யம் தனக்குத் தெரிந்த பதிப்பாளர்களிடம் முயன்று நூல்கள் வெளியிட முயன்றபோது அதுவும் அத்தனை சுலபமாக இருக்கவில்லை. என்பதை உணர்ந்தார். அப்போதுதான் ஏ.கே. கோபாலன், அ.கி. ஜெயரமான் சகோதரர்கள் மொழிபெயர்ப்புக் காகவே பதிப்பகங்கள் தொடங்கினார்கள். மிக அபாரமான நூல்களை அ.கி. கோபாலன் பப்ளிஷர், உலக இலக்கியங்களின் நோபல்பரிசு பெற்ற நாவல்களையும் படைப்புக்களையும் கநா.சுவின் மூலம் மொழிபெயர்த்து வெளியிட்டார். தமிழுக்கு அது யோகமான காலம். அதற்குப் பின்னர் அந்த யோகமான காலம் திரும்பவே இல்லை என்பதுதான் வருத்தத்திற்குரிய விஷயம். இன்றும்கூட அகி. கோபாலன் அந்தப் பணியை நிறுத்திவிட்டு திருவல்லிக்கேணி பார்த்தசாரதி கோயில் வெளியில் தோத்திரப் புத்தகங்களை விற்கப்போய்விட்டார். நட்ஹம்ஸன், வில்லியம் ஸரோயன், அனடோல் பிரான்ஸ், லியோ டால்ஸ்டாய், ஸ்டின்பெர்க், பேர்ல்ஸ்பெக், செல்மாலாகர்லெவ், ரவீந்திரநாத் தாகூர் போன்ற உலகப்புகழ் பெற்ற படைப்பாளர்களின் படைப்புகளை இன்றும் தமிழில் தேடி அடைவது அரிதிலும் அரிதாகவுள்ளது. ஆனால், ஏ.கே கோபாலன், அ.கி. ஜெயராமன், க.நா. சுப்ரமண்யம் ஆகியோரின் கூட்டுமுயற்சியால் பல்லாயிரக்கணக்கான பக்கங்கள் உலக இலக்கியங்கள் - நேரடியாகத் தமிழில் மொழிபெயர்க்கப் பட்டு, மிகக் குறைந்த விலைகளில் வெளியிடப்பட்டன. அ.கி.ஜெயரமான் வங்காளியிலிருந்து மொழிபெயர்த்து பக்கிம் சட்டர்ஜி, சரத்சந்த்ர சட்டர்ஜி, ரமேஷ்சந்த்ர தத் ஆகிய சிறந்த படைப்பாளிகளின் வங்காள இலக்கியங்களைத் தமிழுக்குத் தந்தார். லைப்ரரிகளிலும் பொது நூலகங்களிலும் அச்சிறந்த நூல்கள் அங்கீகரிக்கப்பட்டு பெரும்பயன் விளைவித்தன என்பதை யாரும் மறுக்க முடியாது. க.நா.சு. தனது விரதமான ஒரு நாளைக்கு 25, 30 பக்கங்கள் வீதம் பல ஆண்டுகளாக மொழிபெயர்த்து சேகரித்த விஷயங்கள் தமிழுக்கு பேருபகாரமாய் அமைந்தன. ஓயாது ஒழியாது கநாசு. எழுதினார். வட இந்தியப் பத்திரிக்கைகள் பலவற்றிலும் உலக இலக்கியத்தரம் என்பது பற்றிய கடுமையான விவாதித்து எழுதினார். சாதனைத் தரமும், திறமும் ஓங்கி, கனத்திலும் சேர்மானத்திலும் வளர்ந்தது என்பதைச் சொல்லவும் வேண்டுமா? என்றாலும் க.நா.சு.வின் வாழ்வில் எந்தப் பெரிய மாறுதலையும் உண்டாக்கவில்லை. ஊரில் இருந்து பணம் வருவது நின்றுவிட்டது. எழுதியே பிழைத்துத் தீரவேண்டிய நிர்ப்பந்தம் அவரை நெருக்கியடித்தது. ஊரில் மனஸ்தாபத்து டனேயே தந்தையார் மரணமடைந்தார். இருந்த சொத்துக்கள் பிரிந்து பறிபோயின. பெரிய சாதனை காட்டிய க.நா.சு.வின்

வாழ்க்கை நொறுங்கி, உலர்ந்து கொண்டிருந்தது. கல்கத்தாவி லிருந்த அவர் பெரியப்பாவும் மரணமடைந்தார். குடும்பத்தைக் காப்பாற்றியே தீரவேண்டிய சூழ்நிலை நெருக்கியடித்தது. க.நா.சு. வுக்கு புத்தகங்களிலிருந்து வரும் வருமானம் போதுமானதாக இல்லை. தொடர்ந்த 20 ஆண்டு போராட்டத்தில் அவரது இலக்கிய நண்பர்களும் சிதறுண்டு போயினர். பணத்தைச் சேகரித்து ஒளித்து வைத்துக் காப்பாற்றி இருந்தால்கூட எதிர் கால வாழ்க்கைக்கு ஒரு பெருந்தொகை மிஞ்சியிருந்திருக்கும். ஆனால் க.நா.சு. விடம் எந்த சேகரமும் இல்லை. காலாக்னி அவரை சுட்டது. எதிர்காலம் அவரை பயமுறுத்தியது. பத்திரிகை நண்பர்களின் சுவைக்குதவாத உபதேசங்களும் உதவியற்ற அறிவுரைகளும் அவருக்கு ஏற்கனவே பழக்கமானதுதான். ஆதலினால் அதுபற்றியும் அவர் அஞ்சாமல் மென்மேலும் தனது பணிகளிலேயே ஊக்கமாக முயன்றார். ஊரிலிருந்து அவரது மகள் ஜமுனாவும், மனைவி ராஜியும் திடீரென்று புறப்பட்டு வந்து சேர்ந்தார்கள். அவரது சுமை இன்னும் இறுகியது. மணிக்கொடி தொடங்கி கு.ப.ராஜகோபாலன், சாலிவாஹனன், எம்.வி. வெங்கட்ராம் போன்ற பல நண்பர்கள் நடத்திய, நடத்த முயன்ற இதழ்களும் முறிந்துபோயின கையில் தனது எழுத் தோவியங்களை எடுத்துக்கொண்டு பத்திரிகையாளர், பத்திரிகை யாளராக சந்தித்து அவர்கள் தலையில் ஒன்றையாவது கட்டி தனது வறுமைக்கு வழிதேடிக் கொண்டார். என்றாலும் அவரது படைப்புகள் மிகச் சிரமம் தருபவனவாகவே இருந்தன. ஆனந்த விகடனில் இருந்து பிரிந்து புதிதாக ‘கல்கி’ கிருஷ்ணமூர்த்தியால் துவக்கப்பட்ட கல்கி பத்திரிகை, சுதேசமித்திரன் ஏடு ஆகியவை க.நா.சு.வுக்கு தொடர்ந்து சந்தர்ப்பம் அளித்து வந்ததை இந்த இடத்தில் நினைவுகூர வேண்டும். உழைப்பதும் உழைப்பதை விற்பதும் வேறு துறைகளில் சுலபமானதாக இருக்கலாம். ஆனால் எழுத்துத் துறையில் அப்படி அல்ல. வயிற்றெரிச்சலும், மதமாச்சர்யங்களும், இனப் பண்புகளும் பொறாமைச் சழக்குகளும் நெருக்கியடித்துக் கொண்டிருந்த இடம் அது. சமகாலத்தில் பொதுவுடைமை நம்பிக்கையாளர்கள் தங்களுக்கென சில பத்திரிகைகளையும், ஐஸ்டிஸ் கட்சி, திராவிடக் கழக கட்சிகள் தங்களுக்கெனவே சில இதழ்களையும், ஜனங்களின் தேவைக் கேற்ப அவர்களின் குழந்தைப் பருவ கோர ரசனைகளைத் தட்டிக் கொடுத்து, அவர்கள் பையிலிருந்து பணத்தை உருவுவதற்கு முயன்ற தமிழ்ச் சமுதாயத்தின் பல்வேறுபட்ட ஆசைகளை வெளிக்காட்டும் பத்திரிகைகளும் புற்றீசல்போல புறப்பட்டுக் கொண்டிருந்தன. ஆழமான இலக்கிய முயற்சிகளுக்கு அங்கு எங்குமே இடமில்லை என்பதை அதன் ஆசிரியர்கள் உணர்த்தி-னார்கள். காங்கிரஸ் இயக்கம் சார்ந்த பத்திரிகைகள் உட்பட

க.நா.சு.வின் கனம்வாய்ந்த எழுத்துக்களை ஒதுக்கினார்கள் என்றே சொல்ல வேண்டும். இச்சமயத்தில்தான் க.நா.சு. தமிழின் முக்கியமான வேறொரு தேவையை உணர்ந்தார், உணர்த்த முற்பட்டார். தனக்குச் சம்மதமில்லாவிட்டாலும் கூட, நம்பிக்கை இல்லாவிட்டாலும் கூட விமரிசனம் ஒரு நாட்டின், மொழியின், இலக்கியத்தின், பாரம்பரியத்தின், வளர்ச்சிக்கு மிக முக்கியமான தேவை என்பதை எடுத்துக்காட்ட முனைந்தார். தமிழின் அறியாமை நிறைந்த புல்லர்களையும், தமிழில் என்ன நடக்கிறது என்றே தெரிந்துகொள்ளாத எழுத்தாளர்களின் நடுவிலும், இனமானப் பிரச்னைகளிடையே ஊர்ந்துவந்த தமிழ் இலக்கியம் என்றால் எது? நவீன இலக்கியம் என்பது எதைச் சார்ந்தது? யார் எழுதுவதுதான் இலக்கியம்? பத்திரிகை எழுத்து என்பதற்கும் இலக்கிய எழுத்து என்பதற்கும் என்ன வித்தியாசம்? உலக இலக்கியம் என்கிற அடியோட்டம் எங்கு ஓடிக் கொண்டிருக்கிறது? அதை இந்திய இலக்கிய பாரம்பரியத்துக்கு எப்படிக் கொண்டு வந்து சேர்ப்பது? பாரதிக்குப் பின்னால் மறைந்துபோன அந்தப் பிரக்ஞையை அறிஞர் மத்தியிலும் அறிஞர் அல்லாதார் மத்தியிலும் எப்படிக் கொண்டுவந்து சேர்ப்பது? என்ற பயங்கரமான சிக்கல்கள் எல்லாவற்றையும் ஒரே வெட்டில் வெட்டி வீழ்த்தி தான்தான் அதற்காக அவதாரம் செய்திருப்பதாகவே ஒரு மாயையை உருவாக்கி தமிழ் இலக்கியத்தின் போக்கை சவுக்கடி கொண்டு வீசிச் சுழற்றி 1950களில் வெளிவந்த சுதேசமித்திரன் தீபாவளி மலரில் அவர் எழுதிய நவீனத்தமிழ் இலக்கியத்தின் தாக்கம், தேக்கம், வீக்கம் என்ற மகத்தான கட்டுரை தமிழ் இலக்கியவாணரிடையே பலத்த வயிற்றோட்டத்தை ஏற்படுத்தியது. அவர்கள் அதுவரை நினைத்துக் கொண்டிருந்த பெரும் பேராசிரியத் தனங்கள் உடைந்து நொறுங்கின. பண்டித மனோபாவம் வரலாற்றுக்குள் வரத் தயாரானது. பாரதிக்குப் பின்னர் யார்? என்ற கேள்விக்கு சரியான பதிலை யாரும் சொல்ல முடியவில்லை. ஆதாரங்களை அடுக்கிப் பார்த்தார்களே தவிர, கேள்விக்குப் பதிலில்லை. க.நா.சு. ஒரு தடாலடி விமர்சகராக, அடாவடித்தனம் நிறைந்த ஒரு பார்ப்பனராக, கோலாகலமான புரட்டராக அறிமுகம் செய்யப்பட்டார். அதுவரை தூக்கி எறியப்பட்டிருந்த பெரியார் ஈ.வெ.ராமசாமி நாயக்கரின் நூல்கள் மீண்டும் படிக்கப் பட்டன. க.நா.சு.வின் தடாலடி அபிப்ராயங்கள் கம்யூனிஸ்ட் களிடையேயும் தூக்கியெறிந்து விமர்சிக்கப்பட்டன. ஆனால் ப.ஜீவானந்தம், அண்ணாத்துரை, சி.பி. சிற்றரசு போன்றோரால் க.நா.சு.வின் கட்டுரைகள் கூர்ந்து கவனிக்கப்பட்டன. ஒருபுறம் திராவிட இயக்கம் காங்கிரசாரால் ஒளித்துவைத்து மறைக்கப் பட்டது. மறுபுறம் பெரியார் ராமசாமி நாயக்கரின் படைப்புகள் திராவிட முன்னேற்றக் கழகத்தாரால் பாராட்டப் பட்டாலும்

பிரபல்யம் எய்த முடியவில்லை. அவர்கள் தூக்கிப்பிடித்த ஆரிய, திராவிட வாதத்தை க.நா.சு. கடுமையாகச் சாடினார். என்றாலும் க.நா.சு. அரசியலுக்கு வரவேயில்லை. வர மறுத்தார். ராஜாஜியின் ஆதரவில் வெளிவந்து கொண்டிருந்த பத்திரிகைகள் கல்கி வட்டட வ.ரா. என்கிற வ.ராமசாமிஜயங்காரின் தீர்க்கதரிசனத்தை மறைக்க முடியவில்லை. பிழைப்புக்காக சிலோனுக்கு ஓடிப்போன வ.ரா. ஒரு ராஜஸ்தானிப் பெண்ணை திருமணம் செய்து கொண்டதும், பிராமணர்களிடையே பலத்த இருட்டிப்புக்கும், ஏச்சுப்பேச்சுக்கும் காரணமானது. சுதந்திரப் போராட்டத்தின் விளைவாக மறுமலர்ச்சி பெற்ற தமிழ் இலக்கியம் இவ்வாறு சாதி, சமயச் சழக்குகளிடையே அகப்பட்டு சுதந்திர சிந்தனை மூடாக்கு போட்டுக்கொண்டது என்பதை எந்த அறிவியக்கவாதியும் மறுக்க முடியாது. காந்தீய சிந்தனையை அடிப்படையாகக் கொண்ட தோழர்கள் மூலையில் ஒதுங்கிப் போக, 1950 - 60 களின் வாக்கில் திராவிட முன்னேற்றக் கழகம் மேடைக்கு வந்தது. தீவிரமான அரசியல் மேடைத்தமிழ் உற்பத்தியானது. இதை அந்தக் காலத்திலேயே கநா.சு. பாராட்டி வரவேற்றார். மற்றொருவர் கல்கி. காங்கிரஸ் கட்சியின் எதிரில் 15 திராவிட முன்னேற்றக் கழக அங்கத்தினர்கள் சட்டசபையில் போய் அமர்ந்தனர். காங்கிரஸ் கட்சி சார்பில் 1949 -50களில் துவக்கப்பட்ட விந்தனின் 'மனிதன்' என்கிற பத்திரிகைதான் தமிழின் முதல் முற்போக்குப் பத்திரிகை. மனித விடுதலையைப் பற்றி அது பேசியது. அதைத் தொடர்ந்து கம்யூனிஸ்ட் முகாம்கள், இலக்கியத்தில் தங்கள் பார்வையைக் கூர்மைப்படுத்தின. வ. விஜயபாஸ்கரன் துவங்கி நடத்த ஆரம்பித்த 'சமரன்' இதழும் 'சரஸ்வதி' என்ற அற்புதமான இலக்கிய இதழும் தமிழை ஒரு கலக்கு கலக்கின. அதன் காரணம், க.நா.சு. தான். இன்று, இப்போது சொன்னால் பலருக்குக் கஷ்டமாகவும் இருக்கலாம். ஆனால் உண்மை அதுதான். தமிழில் எதுவும் இல்லை. எல்லாம் இனிமேல்தான் பிறக்க வேண்டும். தமிழ் எழுத்தாளர் மாநாடு ஒன்று அதே ஆண்டு நடைபெற்றது. அந்த மாநாட்டிலும் தமிழின் நவீன வளர்ச்சிகள் பற்றி, அவசியம் பற்றி அந்த மாநாட்டில் க.நா.சு. ஆற்றிய பேருரை பலரை அதிர்ச்சி கொள்ள வைத்தது. அங்கேயே அவரை அடிக்க முற்பட்டனர். க.நா.சு. சொன்ன பதில் "என்னை இன்று அடித்து விடலாம். நீங்களோ பலர். நானோ தனியாள் என்பதை நான் மறந்துவிட வில்லை. ஒரு மெல்லிய பட்டுக்கயிற்றால் இணைக்கப்பட்ட நமது குறைகள் மாற்றப்படுவதற்காகவே சொல்லப்படுகின்றன. வேறு எந்த இந்திய மொழியிலும் இந்த இலக்கியப் போக்கு இவ்வளவு கோபதாபத்துடன் உருவாகவில்லை. கி.பி. 13-ம் நூற்றாண்டுக்குப் பின் உற்பத்தியான எந்த மொழியிலும் இந்தக் குறைகள் இருந்ததே தீரும். தமிழும் இதற்கு விதிவிலக்கல்ல. எனவே, மதமாச்சரியங்களை

விட்டுவிட்டு நமது குறைகளை நாம் நீக்கியும், புதியது படைத்தும், மற்றுக் கருத்துக்களுக்கு அஞ்சாது ஓயாது ஒழியாது முயற்சித்தாக வேண்டும்.

அதே ஆண்டு திருநெல்வேலியில் நிகழ்ந்த எழுத்தாளர் சங்கப் போட்டியில் க.நா.சு. பயங்கரமாக தோல்வியடைய நேரிட்டது. இந்த சில நிகழ்ச்சிகளால் க.நா.சு.வின் பேர் எழுத்தாளர்கள் மத்தியிலும், விமரிசகர்களிடையிலும் பரபரப் படைந்தது. தமிழ் விரோதியாகவும் இனத்துரோகியாகவும், பிராமண வெறியராகவும் சித்தரிக்கப்பட்டார். 1950-கள் வாக்கில் சரஸ்வதி வ.விஜயபாஸ்கரன் சமரன் ஆகிய நிர்வாக அமைப்புகளும் முக்கியமான தடத்தை எட்டிக் கொண்டிருந்தன. க.நா.சு.வின் அழுத்தமான புரட்சிக் கருத்துக்கள் முன்வைக்கப்பட்டன. திராவிட முன்னேற்றக் கழகத்திலும் இந்த பாதிப்புகள் இருட்டடிப்பு செய்யப்பட்டன. க.நா.சு.வுக்கு விளம்பரம் நேர்ந்துவிடுமோ என்ற மௌடீகமான கவலை காங்கிரஸ்காரர்களுக்கு மத்தியிலேகூட இருந்தது. இத்தனைக்கும் க.நா.சு. ஒரு சோஷலிஸ்டோ, கம்யூனிஸ்டோ அல்ல. அரசியல் மேடைகளில் அவர் படியேறியதே இல்லை. அழைத்தபோதெல்லாம் அவர் ஆள்கூட்ட மனோ பாவத்தையும் வெகுஜனக்காய்ச்சலையும் மறுத்தே வந்தார். ஒருபுறம் நிரந்தரமான பணியின்மை. இன்னொரு புறம் அதிக கவனம் பெறாத நவீன இலக்கிய சம்பந்தமான அவரது ஈடுபாட்டுக் கருத்துக்கள். இன்னொருபுறம் அவரது ஆழ்ந்த படிப்பும் கம்யூனிச மறுப்பும், கடைசியாக அவரது அரசியல் கருத்துக்கள், இன்னதென்றே தெரியாத ஒருவித மௌனப் போக்கு, அன்றைய எழுத்துலகில் இலக்கியம் பற்றிய பிரக்ஞையோ நவீன இலக்கியம் பற்றிய படிப்போ அதிகமில்லாத சிறுபான்மையோரது ஆதரவின்மையும் அவரது கருத்துக்களை பாரதூரமாக்கிவிட்டன. என்றாலும் க.நா.சு.வின் அபிப்பிராயம் முக்கியமானதாக எதிரிகள் முகாமிலும் கூட கருதப்பட்டது. வ.விஜயபாஸ்கரனின் கம்யூனிச பத்திரிகையான சமரனிலும் அவருடைய நவீன இலக்கியப் பத்திரிகையான சரஸ்வதியிலும் இக்கருத்துக்கள் தாராளமாக அனுமதிக்கப்பட்டன. க.நா. சு. வின் தீவிரமான கட்டுரைகள், விமர்சனங்கள், அபிப்ராயத் தொண்டுகள் சரஸ்வதியில் தைரியமாக வெளியிடப்பட்டன என்பது கம்யூனிஸ்ட்களுக்கே அவ்வளவாக விருப்பம் தராத விஷயமாக இருந்து வந்தது. என்றாலும் மாற்றுக் கருத்தை மதிக்கிற மனப்பண்பு இலக்கியப் பண்பாக அங்கேதான் உருவாகி இருந்தது. அண்ணாத்துரை கூட மாற்றான் தோட்டத்து மல்லிகைக்குக்கூட மணம் உண்டு என்பதை தம்பி நீ உணர வேண்டும் என்று எழுதினார். இதனாலெல்லாம்கூட க.நா.சு. வெகுஜனங்கள் மத்தியில் ஒரு முக்கியமான எழுத்தாளராக

அபிப்ராயராக, அரசியல் முக்கியத்துவம் வாய்ந்தவராக உருமாறி விடவில்லை என்பதையும் இந்த இடத்தில் நினைவுபடுத்திக் கொள்ள வேண்டி இருக்கிறது.

தமிழும் அதன் போக்குகளும் பற்றி அதே சமகாலத்தில் கடுமையாக சாடி எழுதிய மற்றொரு எழுத்தாளர் பேராசிரியர் எஸ். வையாபுரிப் பிள்ளையாவார். வ.ரா. என்கிற திருப்பழனம் வ. ராமசாமி ஐயங்கார் பற்றி அண்ணாத்துரை பாராட்டி எழுதியது உலகப் பிரசித்தமாயிற்று. அக்ரஹாரத்துக்குள்ளே ஒரு அறிவியக்கவாதி என்று பொருள்பட அவர் எழுதிய காலம் அது. எஸ். வையாபுரிப் பிள்ளை வ.ரா.வின் தீவிரத்தன்மையைக் குறைத்து ஆய்வுத் தன்மையை விரிவாக்கி ஆதாரபூர்வமான தமிழனின் நவீன சித்திரத்தை தமிழின் மறுமலர்ச்சி என்ற அற்புதமான புத்தகத்தின் மூலம் ஆக்ரோஷமாக வெளியிட்டார். என்றாலும் வையாபுரிப் பிள்ளையையும் ஒரு தமிழ்த் துரோகியாக சித்தரித்து தமிழ் எழுத்தாளர்களாலும், திராவிட முன்னேற்றக் கழகத்தாராலும், கவிஞர்களாலும் ஏசப்பட்டார். ‘பாதக்குற டெடுத்து பன்னூறு முறை அடிப்பேன் உன்னை’ என்று பாரதிதாசன் அவரைக் கவிதைகளிலே சாடினார். எஸ்.வையாபுரிப் பிள்ளை அவர்கள் தமிழ்ச் சமுதாயத்தின் ஒவ்வொரு கோணல் மாணலான குறுகிய மனப்பான்மையையும் பிற்போக்குத்தன மான புரியாத்தனங்களையும் தமிழின் மறுமலர்ச்சி என்கிற அந்த நூலில் மிகக் கடுமையாக எடுத்துக்காட்டி இருந்தார். தமிழர் களுக்குப் பிடிக்கவில்லை என்றாலும் பிராமணவாதம், இனமொழி வாதம் போன்ற பல பிற்போக்கு வாதங்களை அடிப்படையாக நம்பிக் கொண்டிருந்த மூட மௌடீக் கும்பல் வழக்கம்போல வையாபுரிப் பிள்ளையை எதிர்த்தது. ஆனால் வையாபுரிப் பிள்ளையின் ஒரு சார்பான கருத்துக்கள் காலக்கிரமத்தில் மறைந்து போனாலும் க.நா.சு.வின் தீர்க்கதரிசனங்கள் மாறவில்லை என்பதை நினைவில் கொள்ள வேண்டும்.

தன்னை நிலைநிறுத்திக் கொள்ள பல சந்தர்ப்பங்களை பல நிறுவனங்கள் தந்தும்கூட அவற்றில் தலையிட்டுக் கொள்ளாத தைரியமும் வறுமையும் கொண்டிருந்த க.நா.சு. வை அமெரிக்க ஏகாதிபத்தியத்தின் அடிவருடி என்று கம்யூனிஸ்ட்கள் வர்ணித்த போதும் கூட அதைப்பற்றிக் கவலைப்படாமல் சிரித்தபடி ஒதுக்கித் தள்ளும் தைரியமும் அவருக்கு இருந்தது. ஒருபுறம் சோவியத் பிரச்சார நிறுவனங்கள். அவர்களின் கோடிக் கணக்கான ரூபாய்கள், மறுபுறம் அமெரிக்க விளம்பர நிறுவனமான அமெரிக்க ரிப்போர்ட்டர், பேர்ள் பப்ளிகேஷன்கள், மறுபுறம் காங்கிரஸ் பிரச்சார அமைப்புகள். ஒரு விமரிசகராக தன்னைத்தானே நிறுவிக்கொள்ளாத நிலையில் அங்கு போகாமல் இதற்கெல்லாம்

வணங்கிக் கொடுக்காமல் விலகியே இருந்து வந்தார் க.நா.சு. ஆனால், வாழ்க்கை அதன் நெருக்கடி அவரைத் தொடர்ந்து பயமுறுத்தியது. சரியாக வாடகை கொடுக்க முடியாத வீடுகள் பலவற்றில் இருந்து இடம்மாறிக் கொண்டே இருக்க வேண்டிய நிர்ப்பந்தம் அவருக்கிருந்தது. கடன் வாங்கிய நண்பர்களிடம் பணம் திருப்பிக் கொடுக்காத ஒழுங்கீனம் அவருக்கு தவிர்க்க முடியாததாயிற்று. இலக்கியத்தில் ஈடுபாடு கொண்ட நண்பர் களிடமிருந்து அவர் உதவி கேட்டு வாங்கிய தொகையை அவரே மறந்துவிடுவார். அவர்கள் அவரை துரோகியாக சித்தரித்துக் காட்டினார்கள். உண்மையான நண்பர்களும்கூட நேர்மையாக நடந்து கொள்வதில்லை. அவருக்கென்ன, சோவியத் நிறுவனமா பணம் கொடுத்துக் கொண்டிருந்தது? மாச சம்பளமாக, அமெரிக்க நிறுவனங்களிலிருந்தா பணம் வந்தது? இல்லையே, கொஞ்சம் கூழைக்கும்பிடு போட்டிருந்தால், கொஞ்சம் கருத்துகளில் வன்மம் கலக்காமல் சுமூகமாக கணக்கைத் தீர்க்க முடியுமானால் அவர் அதை செய்திருக்க முடியும். ஆனால் தன் கருத்தை விற்கப் புறப்பட்டவர் அல்லர் அவர். சுதேசமித்திரன், தினமணி கதிர், ஆங்கிலத்தில் இந்தியன் எக்ஸ்பிரஸ், ஹிந்து போன்ற சில பத்திரிகைகள்தான் அவரைத் தொடர்ந்து ஆதரித்தன. எழுத்தினுடைய உண்மையான தரம் தெரிந்து சன்மானம் கொடுத்தன. அதுவே மிகவும் கொஞ்சம். எப்படியாவது வெளி-நாட்டுக்குப் போய் கொஞ்சம் சம்பாதித்து விட்டு மீண்டுவர வேண்டும் என்றெல்லாம் திட்டங்கள் தீட்டினார் க.நா.சு. ஆனால் அவரது திட்டங்கள் எதுவும் கூடியவரை நிறைவேறவில்லை. முதலில் பக்கங்களை ரொப்புகிறோம். பிறகு பதிப்பாளரிடம் தூக்கிச் செல்கிறோம். பதிப்பாளர் நிறுவை பார்த்து பணம் தருகிறார். இதுதான் தமிழகத்தின் நிலை. இந்த அவலநிலை அன்றும் இன்றும் ஒரேமாதிரியாகத்தான் இருக்கிறது.

1955இல் வ. விஜயபாஸ்கரன் வெளியிட்டு வந்த சரஸ்வதி பத்திரிகை இலங்கை வாழ் தமிழ் மக்களிடையே பலத்த பிரபல்யம் எய்தியது. க.நா.சு.வும் விடாது பல கட்டுரைகளை ஆக்கபூர்வமாக சரஸ்வதியில் எழுதினார். இலங்கையில் சரஸ்வதி பத்திரிக்கை 4000 பிரதிகளுக்கு மேல் விற்றது. தமிழகப் பத்திரிக்கை வரலாற்றில் புதிய எழுச்சியாக அது அமைந்தது. தமிழில் க.நா.சு. எழுதிய கட்டுரைகள் ஒரு பெரும் தொகுதிக்குத் தேவையான அளவு சேர்ந்துவிட்டன என்றாலும் கம்யூனிஸ்டுகள் க.நா.சு.வின் கருத்தோட்டங்களை விவாத ரீதியில் ஏற்றுக் கொண்டார்களே தவிர கொள்கை ரீதியில் ஏற்றுக்கொள்ளவில்லை. ஆதலால் சரஸ்வதியிலேயே அதை மறுத்து கட்டுரைகள் எழுதி அவர்களும் தங்களை விமரிசனம் என்கிற தமிழின் புதிய துறைக்கு தாங்களாகவே

க.நா.சு. வால் தூண்டப்பட்டு விமரிசனக் கோட்பாடுகள் பலவற்றை உருவாக்கினார்கள் என்பதும் க.நா.சு.வுக்குப் பெருமைதான். எச்.எம்.பி. மொய்தின் அவர்கள் தலையாயவர். எஃப்.சி. எக்ஸ். நடராசா, முருகையன், கே.டேனியல், கனகசெந்திநாதன் போன்றோர்கள் இலங்கையிலிருந்து தமிழ் விமரிசகர்களாக தலையெடுத்தார்கள். தமிழிலும் ஜெயகாந்தன், தி.க. சிவசங்கரன், கே.ஆர். பாலன் தொ.மு.சி. ரகுநாதன். ப.ஜீவானந்தம் ஆகிய பலரும் விமர்சனத் தத்துவ முறைக்கு உந்தித்தள்ளப்பட்டனர். பிழைத்தால் போதும் என்று நம்பிய பலரும் எதிலும் பட்டுக் கொள்ளாமல் விமரிசனத்தை சுமுகமாக்க முயன்றார்கள். அப்போது க.நா.சு. வின் கட்டுரைகளை சரஸ்வதியிலிருந்து நீக்கம் செய்ய வேண்டும். க.நா.சு.வின் முக்கியத்துவம் அதிகமாகிறது என்று கருதிய பொதுவுடமைத் தோழர்கள் தங்கள் கண்டனங் களை முன் வைத்தார்கள். வறுமையில் உழன்றபடி க.நா.சு. அந்தக் காலங்களில் விமரிசனம் பற்றி சரஸ்வதியில் எழுதிய கட்டுரைகள் தமிழ் இலக்கியத்தில் மைல்கற்கள் என்றே கூறவேண்டும். காரணம், க.நா.சு.வுக்கும் இந்தக் கருத்துக்களை வெளியிட வேறிடம் இல்லை என்பதும் காரணமாகும். அப்போது ஒத்த கருத்தோட்டம் உள்ள மக்கள் இரண்டாகப் பிரிந்து செயல்பட வேண்டிய நிலைக்காளானார்கள். வ.விஜயபாஸ்கரனும், க.நா.சு.வும் ஓட்டைக் குடிசை மாடியில் சமரன் ஆபிசில் பெரும் கனவுகளைக் கண்டார்கள். சமரன் இதழில் எழுதிக் கொண்டிருந்த ஆவேசமான ஓர் இளைஞர் சரஸ்வதியிலும் எழுத ஆரம்பித்தார். அவர்தான் பிற்காலத்தில் ஜெயகாந்தன் எனப் பெயர்பெற்றார். சரஸ்வதி இதழ் பலரைப் பெற்றெடுத்தது. நகுலன், சுந்தரராமசாமி முதலியோர் அதில் சிலர். ஆக, எழுதவும் படிக்கவுமாக இலக்கியத் திருக்கூட்டம் சரஸ்வதிக்கு முன்னர் ஒன்று சேராத திருக்கூட்டம் சரஸ்வதியின் சார்பாக ஒன்றுதிரண்டனர். 1956-57 களில் சரஸ்வதியின் விற்பனை எந்த இலக்கியப் பத்திரிக்கையை விடவும் அதிகமாக இருந்தது. கம்யூனிஸ்ட், தமிழ் மாநிலம் இதை ஒடுக்க நினைத்தது. ப.ஜீவானந்தம் அவர்கள் தமது பெயரில் ‘தாமரை’ என்ற இரண்டணா விலையுள்ள கட்சி இலக்கியப் பத்திரிகையை ஆரம்பித்தார். கட்சித் தோழர்கள் சரஸ்வதியைக் கைவிடும்படி செய்யப்பட்டனர். விஜயபாஸ்கரன் மேலும் வளர்வதைத் தடுப்பதற்கு விஜயபாஸ்கரனுக்கு சோவியத் நாடு அலுவலகத்தில் பலத்த சம்பளத்துடன் ஆசிரியர் பதவி ஏற்படுத்திக் கொடுக்கப்பட்டது. ‘சமரன்’ ஒழிந்தது. சரஸ்வதியும் ஒழிந்தது. கம்யூனிஸ்ட் அல்லாதவர்களை ஊக்குவிக்கிற வேலையை ஜீவானந்தம் நிறுத்திக் கொண்டார் க.நா.சு. தாமரையில் எழுதும் சந்தர்ப்பத்தை தாமாகவே நழுவவிட்டார். இலங்கையில் சரஸ்வதி நிறுத்தப்பட்டதன் விளைவாக பலத்த எதிரொலி கிளம்பியது

என்றாலும் துணிவில் யாரும் புதிய முயற்சியில் இறங்கவில்லை. என்றாலும் இலங்கையிலிருந்து மரகதம் என்றொரு இலக்கிய ஏடு துவங்கப்பட்டது. அதுவும் கம்யூனிஸ்ட் தோழர்களால் ஒடுக்கப்பட்டது. நாராயணசாமி, சரவணபவானந்தன், செங்கை ஆழியான், யோ. பெனடிக்ட் பாலன் ஆகிய இலங்கையின் புதிய தலைமுறை எழுத்தும் பிறந்தது. இதற்கெல்லாம் க.நா.சு. மூல காரணமாக இருந்தாரா, இல்லையா என்பதையெல்லாம் வரலாற்றின் கரங்களில் விட்டுவிடலாம். என்றாலும் எப்படி மணிக்கொடியில் இவர்கள் துவங்கினார்களோ அதன்தொடர் பாரம்பரியத்தை மறைமுகமாகவேனும் க.நா.சு. தூண்டிக் கொண்டிருந்தார். தனது வறுமைக்கோட்டுக்குக் கீழேயிருந்து சாதனையும் புரிந்தார் என்பது பலர் அறியாத விஷயமாகும். இதே சமகாலத்தில் க.நா. சுப்ரமண்யம் அவர்களுடன் 'சூறாவளி' யிலும் 'சந்திரோதயத்திலும்' தோள் கொடுத்துதவிய உழைப்பாளர் சி,சு. செல்லப்பா தைரியமாகக் களத்திலே குதிக்கிறார். 1959 பிள்ளையார் கோயில் தெரு, திருவல்லிக்கேணியில் இருந்து எந்தவிதமான ஆரவாரமுமில்லாமல் சி.சு. செல்லப்பாவால் 'எழுத்து' என்கிற தலைப்பில் மிகத் தீவிரமான-ஆனால், எதிலும் சாராத- இலக்கியப் பத்திரிகை ஒன்று துவங்கப்பட்டது. அதன் முதல் இதழிலேயே க.நா.சு. வும்., ந. பிச்சமூர்த்தியும் தங்கள் எழுத்தோவியங்களை கொடுத்து உதவினார்கள். ஓய்ந்திருந்த பழைய மணிக்கொடி எழுத்தாளர்கள் மீண்டும் புத்துயிர் பெற்றனர். க.நா.சு. சோர்ந்து உட்கார்ந்து விடவில்லை. தானும் தவறாது தாமரைக்கு எழுத முயன்றார். ஆனால் தாமரை புறக்கணித்தது. சேரிகள் பிரிந்தன. ஒருபுறம் - ஜனசக்தி, தாமரை இதழ்கள் இலக்கியம் வளர்க்க கங்கணம் கட்டின. அதைவிட வேகத்தில் இலங்கை நண்பர்களும் மரகதம் மூலம் தங்கள் படையெடுப்பை செய்தனர். செல்லப்பா அவர்கள் எல்லோருக்கும் இடம்தரும் மேடையாக 'எழுத்து' பத்திரிகையை உருவாக்கினார். சித்திரத்திற்கும் சிற்பத்திற்குமெனவே டி.ஜி. நாராயணசாமியால் 'சிற்பலாவண்யம்' என்ற பத்திரிகையும் துவங்கப்பட்டது. அதிலும் க.நா.சு. பங்கு கொண்டார். இதே சமகாலத்தில் தூத்துக்குடி, திருநெல்வேலி, நாகர்கோவில் வட்டங்களிலிருந்து தொ.மு.சி, ரகுநாதனின் 'முல்லை' இலக்கிய ஏடும், தூத்துக்குடி மில் தொழிலாளர்கள் சார்பாக வெளிவந்த எஸ்.ஏ. முருகானந்தம் அவர்களின் 'சாந்தி' இதழும் பொதுவுடமைக் கட்டியம் கூறி வெளிவந்தன. இந்தியாவிலேயே கம்யூனிஸ்ட் கட்சித் தோழர்கள் இலக்கியத்திற்காக நடத்திய பெரும் வேள்வி இது என்றே சொல்லலாம். புதுமைப்பித்தனின் தோழரான தொ.மு.சி. ரகுநாதன் அவர்களின் சாந்தி இதழும், சுந்தரராமசாமியை முன்னிறுத்தியது. என்றாலும் தஞ்சை, திருச்சி மாவட்டங்

களிலிருந்து கட்சி சாராமல் வெளிவந்து கொண்டிருந்த 'கலா மோஹினி,' அ.வெ. கிருஷ்ணசாமி ரெட்டியாரின் 'எழுத்தாளன்', 'கிராம ஊழியன்' திருலோகசீத்தாராமின் 'சிவாஜி' சென்னையிலிருந்து வெளிவந்து கொண்டிருந்த கி.வா. ஜகன்னாதனின் 'கலைமகள்.' 'அமுதசுரபி' ஆகிய பல பத்திரிகைகளும் க.நா.சு.வை பயன்படுத்திக் கொண்டன. அவரது கருத்துக்களுக்கு உடன்பாடு கொள்ளாவிட்டாலும், க.நா.சு. எந்தத்தடத்தையும் வீணாக்கி விடவில்லை. எதிரிகளின் கூடாரத்தில் கூட தனது கருத்துக்களை அழுத்தமாகவும், நயமாகவும் சொல்லி வந்தார் என்பதைச் சுட்டிக் காட்டவே இந்த நீண்ட பத்திரிகையுலகத்தின் வெற்றி தோல்விகளை இங்கே நினைவூட்ட வேண்டி வருகிறது. காலக்கிராமத்தில் ஒவ்வொரு இலக்கியப் பத்திரிகையாக மரணமடைய மரணமடைய புதிய ஏடுகளும் தோன்றாமலில்லை. 'எழுத்து' முதலில் க.நா.சு.வின் நேரடி வாரிசாகவே (சி.சு. செல்லப்பா இதை ஒப்புக்கொள்ளாவிட்டாலும்) செல்லப்பா உருவானார். எந்தப் பத்திரிகையும் சாதிக்காத சாதனையாக சி.சு. செல்லப்பா தன் சொத்து முழுவதும் விற்று 'எழுத்து' பத்திரிகையை 12 ஆண்டுகள் நடத்தினார். இறுதியில் அவரும் தோற்றார். தமிழகம் தோற்க வைத்தது. 'எழுத்து' பத்திரிகையை துவங்கிய இரண்டாண்டுகளில் 'எழுத்து' பத்திரிகையின் ஆதரவாளர்கள் ஒன்றுதிரண்டனர். புதிய இளைஞர்கள் ஒன்று சேர்ந்தனர். தலைமை தாங்காத தலைவராகவும், முடிசூடாத மன்னராகவும் சம்பாதிக்காத பெரும் பித்தாகவும் க.நா.சு. விளங்கினார் என்பது தமிழ் எழுத்தாளர்கள் பலருக்கு எரிச்சலை மூட்டியது. 'எழுத்து' தமிழ் விமரிசனத்துக்கெனவே தன்னை அர்ப்பணித்துக் கொண்டது. க.நா.சு. விரும்பாமலேயே இந்தக் கூட்டத்தை வழிகாட்டினார். சொல்லாமலேயே சொல்லிக் கொடுத்தார் என்பது மறுக்க முடியாத உண்மையாகும். இதை வரலாற்றில் சொல்ல வரலாற்றாசிரியர்கள் இல்லை. நான்கு திசைகளிலும் எதிர்ப்பு எனும் காலாக்னி. காலூன்றி நிற்கும் பூமிக்கடியிலோ எரியும் தணல். நிரந்தரமான பணியின்மை. ஒழுங்கான மாதச் சம்பளமின்மை. கையில் முதலின்மை. வானத்திலோ எரிக்கும் வறுமைச் சூரியன். இந்த ஷடாக்னியில் எரிந்து பொசுங்கிய படியே தன் குடும்பத்தைப் பற்றி பிரக்ஞையே இல்லாது, நண்பர்கள் எனும் எதிரிகளோடும், ஆதரவாளர்கள் எனும் அயோக்கியர்களோடும் க.நா.சு. வாழ்ந்து வந்தார். 'எழுத்து'வின் வரவும், அதன் ஆதரவாளர்களும் க.நா.சு.வுக்கு உற்சாகம் கொடுத்தது. எழுத்தைப் போலவே அவரும் ஒரு பத்திரிகையை மீண்டும் ஆரம்பிக்க முயன்றார். தனது வீட்டிலேயே அடிக்கடி இலக்கியக் கூட்டங்கள் நிகழ்த்தினார். பல்வேறு துறைசார்ந்த, பல்வேறு நம்பிக்கைகள் கொண்ட எழுத்தாளர்

களைத் திரட்டி எதற்காக எழுதுகிறேன் என்ற சரித்திரப் புகழ் பெற்ற கருத்தரங்கை நிகழ்த்தினார். இதில் கலந்து கொள்ளாத முக்கியமான எழுத்தாளர்களே இல்லை என்று சொல்லலாம். வல்லிக்கண்ணனில் தொடங்கி ஜெயகாந்தன் வரை, லா.ச.ராமாமிருதத்தில் தொடங்கி ஆர்ஷண்முகசுந்தரம் வரை, சாலிவாஹனனில் தொடங்கி ந.பிச்சமூர்த்தி வரை பல்வேறுபட்ட கலைஞர்களும் பங்கு கொண்ட அற்புதமான கருத்தரங்கம். பின்னர் இதையே செல்லப்பா புத்தகமாகவும் வெளியிட்டார். அபூர்வமான புத்தகம். அடுத்து, என்ன படிக்கிறேன். ஏன்? என்ற கருத்தரங்கைத் துவக்கினார். க.நா.சு. இந்தக் கூட்டங்களுக்கு **இலக்கிய வட்டம்** என்று பெயரிட்டார். மிகவும் ஆரோக்கியமான கருத்துக்கள் பரிமாறப்பட்டன. பாரதிக்காகவும் ஒரு இலக்கிய வட்டக் கூட்டம் நடந்தது. அந்தக் கூட்டத்தில்தான் இலக்கிய வட்டம் என்கிற பெயரால் மீண்டும் க.நா.சு. ஒரு பத்திரிக்கையை ஆரம்பித்திருக்கிறார் என்று தெரியவந்தது. அந்த இடத்தில் க.நா.சு. தன் தனித்தன்மையை வேறுவிதமாக நிறுவிக்காட்டினார். க.நா.சு.வுக்கு விமரிசனத்தில் அடிப்படையில் நம்பிக்கையில்லை. ஒரு கலைப் படைப்பாக உருவாகாத வரையில் அது எதற்கும் பயன்படாது என்பது அவருடைய அத்வைதக் கோட்பாடு. மறுபடியும் க.நா.சு. ஓர் சக்தியாகச் செயல்பட ஆரம்பித்தார். இலக்கிய வட்டம் இதழிலேயே பல புதுமைகள் செய்தார். நாவல் பெட்டி ஒன்றை ரசிகர்களுக்கு சந்தாதாரர்களுக்கு அளித்தார். 'நடுத்தெரு' என்ற மிகச்சிறந்த நாவல் ஒன்றை அவர் வெளியிட்டார். ஒரே நேரத்தில் பல்துறை மேதைமைகளை வெளிக்காட்டினார். சிறுகதைகள் எழுதினார். பல புதிய எழுத்தாளர்களை அறிமுகம் செய்வித்தார். புதிய நூலில் கருத்தோட்டங்களை அயல்மொழிச் சிந்தனைகளை வாரி வழங்கினார். ஆனால் புதிய விமரிசனக் கோட்பாடுகள் எவற்றையும் வாசகர்முன் வைக்கவில்லை. புதிய படைப்புகளை இனம்கண்டு வெளியிட்டார். இதற்குள் க.நா.சு.வுக்கு அவர் எழுதிய ஆங்கிலக் கட்டுரைகளால் அகில இந்திய ஒப்புதலும், பாராட்டுதலும், எச்சரிக்கையும் கிடைத்திருந்தன. **இல்லஸ் ரேட்டட் வீக்லி ஆஃப் இண்டியா, டெபோனிர், பிளிட்ஸ், இண்டியன் லிட்ரேச்சர்** போன்ற பல எண்ணிறந்த ஆங்கில இந்திய பத்திரிகைகளில் க.நா.சு. வின் அபிப்ராயங்கள் முக்கியத்துவம் பெற்றன. அகில இந்தியாவிலும் நிகழ்ந்துவந்த பல்வேறுபட்ட அரசியல் கருத்தரங்கங்களிலும் க.நா.சு. வின் குரல் ஒலித்துக்கொண்டிருந்தது. எந்தக் கூட்டத்தில் சென்றாலும் நவீனத் தமிழிலக்கியம் பற்றிப் பேசாமல் க.நா.சு. விடுவதில்லை. தமிழ் பற்றி யாரும் எங்கும் இளப்பமாகச் செல்லிவிட முடியாது. அங்கே க.நா.சு. வின் குரல் ஆக்ரோஷமாக ஒலிக்கும். தனது

ஆங்கிலக் கருத்தோட்டங்களை வெளியிடவே 'லிபி' எனும் ஆங்கிலப் பத்திரிகையையும் வெளியிட முனைந்தார் க.நா.சு. வெளிநாட்டு சிறந்த இலக்கிய எழுத்தாளர்களுடனெல்லாம் கடிதத் தொடர்பு வைத்திருந்தார் க.நா.சு. ஆல்டஸ்ஹக்ஸ்லி, ஸ்டீபன் ஸ்பெண்டர் போன்ற ஆசிரியர்கள் க.நா.சு.வை அவர் வீட்டிலேயே வந்து சந்தித்து உரையாடி மகிழ்ந்தனர். எல்லோருக்கும் ஒரே ஆச்சரியம். தமிழ் போன்ற ஒரு சோகை மொழியில் எழுதியே அதன்மூலம் ஒருவன் வாழ முடியுமா? க.நா.சு.வின் நண்பர்கள் என்று சொல்லிக் கொண்டவர்கள் பலரும் இவரைக் குப்புறவிழத்தட்டி விடுவதைத்தான் நோக்கமாகக் கொண்டிருந் தார்கள். எனவே க.நா.சு. என்கிற கதாபாத்திரமே கற்பனையோ என்ற எண்ணத்தைப் பலரிடம் எழுப்பியது. இதற்கிடையில் எழுதி வாழமுடியாத ஒரு வாழ்க்கை ஐப்திக்கு வந்தது. இனி சென்னையில் இருப்பதால் பயனில்லை. மேலும் விரித்த தளங்களை நோக்கிச் செல்ல வேண்டும் என்று யோசித்ததால் க.நா.சு. தன் எண்ணிறந்த கையெழுத்துப் பிரதிகளை நண்பர்களிடம் ஒப் படைத்துவிட்டு மகளையும் மனைவியையும்அழைத்துக் கொண்டு டெல்லி புறப்பட்டார். டெல்லி சென்றதும் தமிழ் பற்றி தமிழின் நவீன இலக்கியம் பற்றி அங்குள்ள பெரிய பத்திரிகைகளில் எழுதலானார். ஜமுனாவுக்கும் அவள் வாங்கிய அபரிமிதமான மார்க்குகள் காரணமாக அவளுக்கு டெல்லி பல்கலைக் கழகத்தின் மூலம் உபகாரச் சம்பளம் கிடைத்தது. க.நா.சு.வுக்கு பெரும்பாரம் குறைந்தது. டெல்லியைச் சுற்றிப் பார்ப்பதிலும், அங்கிருந்து காஷ்மீர், கஞ்சன்ஜங்கா, சிந்துசமவெளிப் பிரதேசம் எல்லாம் சுற்றித் திரிந்தார் க.நா.சு. ராஜஸ்தானின் மூலை முடுக்குகளெல்லாம் சென்று திரும்பினார். சென்னையிலிருந்து க.நா.சு. புறப்பட்டு இந்தியாவின் பல்வேறு பகுதிகளையும் சுற்றித் திரிந்து இந்தியாவின் ஆத்மாவை தெரிந்து கொள்ள முயன்றார்.

அத்தியாயம் - 4

பத்திரிகை உலகில் புதிய அலைகள்

க.நா.சு பத்திரிகை உலகில் நுழைய வந்தபோது, அவர் கையிலிருந்த ஏராளமான சொத்துகள் பறிபோய்விட்டன. தந்தையார் எல்லா வகைகளிலும் தன் மகன் ஒரு மாபெரும் இலக்கிய மேதையாக உருவாக வேண்டும் என்று ஆசைப்பட்டு ரத்தவியர்வை விட்டு சொட்டுச் சொட்டாகச் சேர்த்த காசுகள் அவ்வளவையும் தமிழிலக்கியத்திற்கு ஆகுதி செய்து விட்டார் என்பதை முன்னமே நாம் பார்த்தோம். ஏதாவது ஒரு கட்சியில் சேர்ந்து ஒரு சாதாரண வேலையில் அமர்ந்து மாதச் சம்பளம் சில ஆயிரம் ரூபாய் வாங்குவது அன்றைய பத்திரிகை உலகில் சிரமமான காரியமாக இல்லை. அவரைப் பொறுத்தவரை கலைமகள் பத்திரிகையில் நினைத்திருந்தால் சுகமாக இறுதி காலம் வரை சௌக்யமாக கழிந்திருக்கும். அவரது எதிரிகளான கம்யூனிஸ்ட் தோழர்கள் (அவர் கம்யூனிஸ்ட்களுக்கு எதிரி அல்லர்) அவரைப் பற்றி அமெரிக்கக் கைக்கூலி, காட்டிக் கொடுக்கும் துரோகி என்றெல்லாம் தவறாகச் சொல்லிவந்ததை அவர் திரும்பிக்கூடப் பார்த்து மறுபரிசீலனை செய்ததில்லை. சென்னை நகரத்தில் கையில் பரம் பைசா இல்லாமல் 25 ஆண்டுகள் காலந்தள்ளுவது என்பது சுலபமான விஷயம் அல்ல. என்றாலும் தனது மேதைமையாலும் படிப்பாலும், தீவிரமான அபிப்ராயங்களாலும், அதைச் சொல்ல அஞ்சாத நெஞ்சத்தாலும், எதிரிகளின் வட்டாரத்திலும் தனக்கென ஒரு மரியாதையையும் தகுதியையும் அவர் சம்பாதித்திருந்தார் என்பது வேறு யாராலும் சாதிக்க முடியாத சாதனையாகவே சொல்ல வேண்டும். தமிழ் இலக்கிய உலகம் என்பது ஒரு விசித்திரமான பட்டறை என்று முன்னமே குறிப்பிட்டிருக்கிறேன். கட்சி கட்சியாக, இனம் இனமாக, ஜாதி ஜாதியாக, கொள்கை ரீதியாக, நிறபேத அடிப் படையில்கூட ஒன்று சேர்ந்து நிற்கும் இந்த விபரீதத் தன்மை யாரையும் பாதிக்காமல் விடாது. ஆனால், அந்தக் கூட்டங் களிலும் கூட க.நா.சு. தனது மெல்லிய குரலில் மாறாத தனது விடாப்பிடியான அபிப்ராயத்தை சொல்லாமல் விடமாட்டார். அதற்காக யாரையும் விரோதித்துக் கொள்வதும் இல்லை.

அவரைக் கண்டாலே கேலி பேசும் தமிழ் எழுத்தாளர்களை நான் நேரில் கண்டிருக்கிறேன். சரியாக வாராத முள்ளம்பன்றித் தலைமுடி, அறிவின் விசாலத்தை எடுத்துக்காட்டும் மேடுபள்ளங் களற்ற விரிந்த நெற்றி, படித்துப் படித்து கண்ணாடி மாற்றி மாற்றி, பார்வை கூர்மை மங்கிப்போய், சுழிக் கண்ணாடி அணிந்து அணிந்து வரிவரியாகக் காணப்படும் கண்கள். சரியாக வேட்டி கட்டத் தெரியாது, எங்காவது சென்னைத் தெருக்களில் ஏதாவது ஒரு பதிப்பகத்தை நோக்கியோ ஏதாவது ஒரு பத்திரிகை அலுவலகத்தை நோக்கியோ நடந்தே அயராத கால்கள், வேர்த்துக் காதோரம் வழியும் வேர்வையுடன் கற்பனை ரதத்தில், நடந்து கொண்டே இருக்கும். உச்சிவேளையில் எங்காவது ஒரு மரநிழலில், மௌண்ட் ரோடில் ஏதாவது ஒரு வேப்பமர நிழலில் ஆசுவாசப்படுத்திக் கொண்டு மேலும் நடக்கும் க.நா.சு. இதை எழுதும்போது என் கண்முன்னால் தோன்றுகிறார். மனைவி, பெண் குழந்தை; இருவரும் எப்படியோ அவர்கள் வயிறுகளைக் கழுவிக் கொண்டனர். எப்படியாவது வாழ வேண்டும் என்கிற அடிப்படை ஞானம் ஒன்றுதான் அவரை உந்தித் தள்ளிக் கொண்டிருந்தது. பலர் எதைச் சொன்னாலும் சரி, அவரால் எழுத முடியும். எந்தப் பத்திரிகைக்கும் எதுபற்றி வேண்டு மனாலும் எழுதமுடிந்த அவரால் எந்தப் பத்திரிகைக்கும் வளைந்து கொடுக்க அவரால் தயாராக முடியவில்லை. ஆனால், அதே நேரத்தில் எந்தப் பத்திரிகையாசிரியன் கேட்கும் எந்த விஷயத்தையும் சுமுகமாகவும், கருத்தில் பின்வாங்காமலும் தனது எண்ணத்தை ஓங்கிச் சொல்வதிலும் எழுதிக் கொடுக்க அவரால் மட்டுமே முடியும். க.நா.சு. என்றாலே பின்னால் சிரிப்புச் சத்தம் கேட்கும். ‘அரை லூஸ்’ என்று பலர் கூறக் கேட்டிருக்கிறேன். எழுத்தாளர்கள் மத்தியிலே அவர்மீது ஒருவிதமான வங்கையும், பகைமையும், தெள்ளத்தெளிய தெரியும். எழுத்தாளர்கள் மகாநாடுகளில் அவர் பேச்சின்போது சலசலப்பு அதிகமாகும். யாரையும் பகைத்துக் கொள்ளாத அதே சமயத்தில் கருத்துக் களைத் தரபின்வாங்காத மனிதனை யார் என்ன செய்ய முடியும்? க.நா.சு. என்றாலே பெரிய படிப்பாளி, தனக்கென்று தீர்மானமான அபிப்ராயங்கள் உள்ளவர் என்ற நம்பிக்கை அவர் எதிரிகளிடம் கூட இருந்தது. ஒவ்வொரு புதிய புடைப்பு வெளிவரும் போதும் க.நா.சு. இந்த நூலைப் பற்றி என்ன கூறுகிறார்? என்ற ஆவலாகி அதை எழுதிய ஒவ்வொரு எழுத்தாளருக்கும் இருப்பதை நான் நேரில் பார்த்திருக்கிறேன். 1955 வரை அவர் ஒரு பத்திரிகை எழுத்தாளர். ஆனால் அவரது அபிப்ராயங்களை எதிர்பார்க்காத எழுத்தாளர்களோ கலைஞர்களோ பண்டிதர்களோ வெகு குறைவாகவே இருந்தார்கள். முன்னால் நடக்கவிட்டுப் பின்னால் காலை வாரினார்கள். ஒவ்வொரு இலக்கிய அமைப்பிலும்

அவருக்கு அழைப்பு தந்து பின்னர் கேலி செய்வது மறைமுகமான வழக்கமாக இருந்தது. **ஹிந்து, இந்தியன் எக்ஸ்பிரஸ், மெயில்** போன்ற ஆங்கில நாளேடுகளும் மிரர், கவிதா இண்டியா போன்ற மாத ஆங்கில இலக்கிய ஏடுகளும், மலையாளத்தி லிருந்தும், கன்னடத்திலிருந்து வெளிவந்து கொண்டிருந்தது 'My Poetry' 'Poetry Karnataka' ஏடுகளிலும், **டெபோனிர் கேரவன், இல்லஸ்ட்ரேட்டட் வீக்லி, இண்டியன் லிட்ரேச்சர்** போன்ற ஆங்கில ஏடுகளிலும் அவருக்கு சுமாரான பணம் வந்து கொண்டிருந்தது. இதைத் தவிர நிறைய சென்னையிலிருந்து வெளிவந்து கொண்டிருந்த ஆங்கில வாரப் பத்திரிகையிலும் தமிழ்ச் சங்கம் பற்றிய விமர்சனங்களை தொடர்ந்து எழுதி வந்ததால் தமிழ் தவிர மற்ற மாநிலங்களிலும் க.நா.சு. வின் எழுத்து வேர்விட்டுப் படர்ந்து கொண்டிருந்தது. வெளிமாநிலத்து இலக்கியாசிரியர்கள் சென்னை வரும்போது கைகளில் காசில்லா விட்டாலும் நடந்தேனும் அந்தக் கூட்டங்களில் சென்று தானும் தனது கருத்துக்களை ஓங்கிக் கூறிவிட்டு வருவது அவருக்கு வழக்கமானதாக இருந்ததது. வெளிமாநிலங்கள் நடத்தும் கருத்தரங்கங்ளிலிருந்தும் க.நா.சு.வின் குரல் ஒலிப்பதை பிற-மொழிக்காரர்கள் விரும்புவார்கள் என்பதைத் தவிர்க்க முடியாது. கேரளக் கரையில் பன் மொழி அறிஞர் சேஷாத்திரி ஐயர் கேரள தேசியப் பாடல் ஒன்றை நிர்ணயித்ததை அறிந்தபோது அங்கும் சென்று திருத்தங்களைச் சொல்லி பூரணப்படுத்தி உதவினார். இவ்வாறு ஒவ்வொரு மாநிலங்களிலும் அவருக்கு ஏராளமான நண்பர்கள் உருவானார்கள். பெரிய பத்திரிகைகளிலிருந்து தினமும் அவரைத் தேடி கடிதங்கள் மூலமாக உறவு கொண் டிருந்தார்கள். அதன் பின்னர் க.நா.சு. ஒரு விமரிசகர் ஆக்கப் பட்டார் என்பதுதான் உண்மை. நிர்ப்பந்தத்தினாலும் வேறு ஆள் இன்மையினாலும் க.நா.சு. எல்லாப் பத்திரிகைகளுக்கும் விமர்சனங்கள் எழுதி வந்தார். அவருக்கு சம்பந்தமில்லாத ஓவியம், சிற்பம் முதலிய துறைகளிலும் அவர் விமர்சனங்கள் எழுதியது பலருக்கு ஒப்பவில்லை. இந்த நிலையில்தான் க.நா.சு. விமர்சகர் ஆக்கப்பட்டார் என்று நான் நம்புகிறேன். இதுவரை விமர்சனம் என்ற அடிப்படை எதையும் கருத்தில் கொள்ளாமலேயே தான் படித்த நூல்களிலிருந்து பொத்தாம் பொதுவான விமர்சனக் கருத்தோட்டங்களை முன்னிருத்தி விமர்சனம் செய்து வந்த க.நா.சு. வை தொ.மு.சி. ரகுநாதன் எழுதிய **இலக்கிய விமர்சனம்** என்ற நூல் உலுக்கியது. அந்த நூலில் மார்க்கிய அடிப்படையில் விமர்சனங்கள், கோட்பாடுகள் மிக லேசாக உரிக்கப்பட்டிருந்தன. அதற்கு தமிழில் வந்த முதல் **அடிப்படை விமரிசன நூல்** என்று க.நா.சு. நாமகரணமிட்டு பாராட்டியிருந்தார். என்றாலும் அது பல பிற்போக்கு புரியாத்தனங்களை அடிப்படையாகத் கொண்

டிருந்தது. காரண காரியமற்று சிலரைப் புகழவும், இகழவும் செய்திருந்தது. எனவே, க.நா.சு, விமரிசனக் கோட்பாடுகள் பற்றி தனது கருத்துக்களை அடிப்படையாகக் கொண்டு ஒரு நூலை எழுத முற்பட்டார். முன்பே, நான் கூறியது போல் வ. விஜய பாஸ்கரன் வெளியிட்ட சரஸ்வதி சமரன் ஆகிய இதழ்களின் மேம்போக்கான கருத்துக்களுக்கு மறுப்பாகவும் விமரிசனம் என்றால் என்ன? எப்படி அமைய வேண்டும்? விமரிசனத்தின் தோரணைகள் எப்படி தமிழில் வகுக்கப்பட வேண்டும்? விமரிசனம் என்பது ஒரு சார்புடையதாகத்தான் இருக்க வேண்டும். காய்தல், உவத்தல் இன்றிநட்டநடுவில் நின்று இரண்டு பேருக்கும் குழை யடிக்கிற கும்மாளமாக அது இருக்கலாகாது. அடிப்படையில் ஒரு குறிப்பிட்ட கொள்கைத் திறத்தை வலியுறுத்துவது அதன் மேன்மையாக அமைதல் வேண்டும் என்று ஆணித்தரமாக 2000 ஆண்டு தமிழகத்தில் முதன்முறையாக, வித்தியாசமான கண்ணோட்டத்துடன் எடுத்துக் காட்டியிருந்தார் க.நா.சு முன்னூறு பக்கமுள்ள விமர்சனக் கலை என்ற இந்த நூல் இதற்குப் பின்னர் இன்று வரை இதன் விமர்சனக்கலையின் அடிப்படைக் கொள்கை கோட்பாடுகளுடன் வெளிவந்த வேறெந்த நூலும் இல்லை என்றே செல்ல வேண்டும். டாக்டர் முத்துசாமி பின்னர் எழுதிய இலக்கியச் செவ்வி, டி.எஸ். கோதண்டராமன் எழுதிய 'முக்கூடற்பள்ளு', குத்தூசி குருசாமியின் 'சீர்திருந்துமா?', திருப்பழனம் வ. ராமசாமி ஐயங்கார் எனும் வ.ரா. எழுதிய 'கற்றது குற்றமா?', 'இலக்கிய விமர்சனம்', டி.எஸ்.கோதண்ட ராமன் பாண்டி ஆசிரமத்திலிருந்து எழுதிய 'ஆத்ம விமர்சனம்' கவியோகி சுத்தானந்த பாரதியார் எழுதிய பல நூல்கள் ஆகிய எல்லாம் இலக்கியம், மொழி ஆகியவற்றில் மேம்போக்கான கருத்துக்களை கொண்டிருந்தன. வ.ரா. எழுதிய பல கட்டுரைகள் வேண்டுமென்றே இருட்டடிக்கப்பட்டன. தமிழகப் பெரியார்கள் என்ற வ.ரா.வின் நூல் வேண்டுமென்றே பதிப்புக்குக் கொண்டு வரப்படவில்லை. இன்று வரை வ.ரா. எழுதிய 'ஜெயில் டைரி' அச்சில் வெளிவராதிருப்பது கேவலம். என்றாலும் வ.ரா.வின் படைப்புக்கள் யாவும் அவர் இறந்த 40, 50 ஆண்டுகளுக்குப் பின்னர் இன்றுதான் ஒவ்வொன்றாக வெளிவந்து கொண்டிருக் கின்றன என்பது காலங்கடந்த முயற்சியாகவே தோன்றுகிறது. ஆனால் காலத்துக்கு முன் கூவிய சேவலான க.நா.சு. வின் விமர்சனத்தை இந்த மேற்கூறிய பிற புத்தகங்களோடு ஒப்பிட்டுப் பார்க்கும்போது க.நா.சு. எழுதிய நூல்கள் எத்தகைய முன்னோடி என்பது மிகத் தெளிவாக தெரியவரும். க.நா.சு.வே அதற்குப் பின்னர் இந்தக் கோட்பாடுகளை அடிப்படையாக வைத்து மீண்டும் வேறு கோட்பாடு நூல்களை எழுதவில்லை என்பது தமிழ் இலக்கியத்திற்கு நேர்ந்த வருத்தகரமான செய்தியாகும்.

அழகுமணி மாலையில் அலங்காரத் திருவுருவே, மாற்றுக் குறையாத தங்கமே, மாசற்ற மாணிக்கமே, கட்டாணி முத்தழகி, கண்கருவம் ரத்தினமே என்றெல்லாம் வசனம் எழுதி கவர்ச்சி நடை நடந்த காலத்தில் க.நா.சு.வின் 'உலகச் சிந்தனை வளம்' மூன்று பாகங்கள் வெளி வந்தன. இதை வெளியிட்டவர் ஒரு ஐஸ்கிரீம் கம்பெனிக்காரர். இதைத் தொடர்ந்து இந்திய சிந்தனை வளம் என்ற தொகுதியை க.நா.சு. வெளியிட முற்பட்டபோது அதற்கு வரவேற்பில்லை. எனவே புத்தகம் வெளியிடவில்லை. எனவே, ராஜாராம் மோகன்ராய், பி.சி.ராய், லோகமான்ய பாலகங்காதர திலகர், வள்ளலார் ஜோதி ராமலிங்கம், பட்டினத்தார், தாயுமானவர் என்று ஒரு வரிசையை வெளியிடத் திட்டம் தீட்டியிருந்தார். ஆனால் அதற்கும் ஆதரவும் கிடைக்கவில்லை. வெ. சாமிநாதசர்மா உலக அரசியல் பற்றி எழுதிய நூல்கள் தமிழகத்து அரசியல்வாதிகளுக்குப் பின்னால் எத்தனை தூரம் உதவியது என்பது எல்லோரும் அறிந்த விஷயம்தான். மேடைக்கு மேடை புளுடார்க் அன்றே சொன்னான் என்று கழகப் பேச்சாளர்கள் சொல்லுவார்கள். ஆனால் இந்த புளுடார்க் யார் என்றே தெரியாது. சி.பி. சிற்றரசு எழுதிய 'விஷக்கோப்பை' எத்தனை பேருக்குத் தெரியும்? ஆனால், கருணாநிதி எழுதிய சாக்ரடீசை தெரியாதவர்களே கிடையாது. மன்றம் வெளியீடுகள் என்ற பெயரில் செழியனும், நெடுஞ்செழியனும் பதிப்பங்களை நடத்தினார்கள். அன்றைய சாதாரண வாசகனை சிறந்த வாசகனாக ஆக்கியது மன்றம் வெளியீடுகள். திருச்சியிலிருந்து வெளிவந்த திராவிடப் பண்ணை அருமையான பல புத்தகங்களை அறி வார்த்தமான வெளியீடுகளை ஆரவாரமான அரசியலுக்கு இடையில் அறிஞர் அண்ணா எழுதிய 'கபோதிபுரத்துத் காதல்', 'ஆரியமாயை', 'வேலைக்காரி', 'ரோமாபுரிராணிகள்', 'ஜமீந்தாரி ஒழிப்புமுறை' போன்ற பல விவரமான வெளியீடுகள் அன்றைய சாதாரண அரசியல் அரிச்சுவடிக்காரர்கள் கற்றுத் தெளிய பெரிதும் உதவின. முரசொலி வெளியீடுகளான 'வாழ முடியாதவர்கள்', டி.கே. சீனிவாசன் எழுதிய 'சக்கு' 'குரல் கொடுத்த சீதனம்', 'திரிந்த பால்' ஆகியவையும் குத்தூசி குருசாமி எழுதிய 'பிச்சைக்காரி', டார்பிடோ ஜனார்த்தனம் எழுதிய 'அபலை', தில்லைவில்லாளன் தீட்டிய 'விதவை', ப. வாணன் என்ற எழுத்தாளர் எழுதி திராவிடப்பண்ணை வெளியிட்ட ஒரு அற்புதமான நூலையும் இங்குக் குறிப்பிட்டாக வேண்டும். அதுதான் 'ரஷ்ய இலக்கியம்' என்ற அற்புதமான நூல். இந்த நூல் தான் ரஷ்ய இலக்கியத்தைப் பற்றியும் சோவியத் இலக்கியத்தைப் பற்றியும் மாக்ஸீம் கார்க்கி பற்றியும் அண்டன் செக்காண்டே பற்றியும் தமிழின் முதன்முதலில் 1940 வாக்கிலேயே காலத்தின் முன் குரல்கொடுதத முதல் சிந்தனை அருவி என்று சொல்ல

வேண்டும். இந்த நூல்கள் யாவும் விழலுக்கு இறைத்த நீராயின. ஆனால், க.நா.சு. எழுதிய ஒரே ஒரு புத்தகம் 'விமரிசனக் கலை' 1955 இல் எல்லோரையும் உசுப்பிவிட்டது என்பது மட்டும் எப்படி நேர்ந்தது? பலரும் ஆக்ரோஷமாக அதற்குப் பதில் சொல்ல முன்வந்தனர். ஒருபுறம் காங்கிரஸ் அபிமானிகள், மறுபுறம் தி.மு.க.வின் பிரமுகர்கள் மறுபுறம் ம.பொ.சிவஞானம் போன்ற அரசியல்வாதிகளின் வீச்சுக்கள், மற்றொருபுறம் தனித் தமிழ்வாதிகளான புலவர்களின் ஆங்காரக் கூச்சல்கள் எல்லா வற்றையும் சட்டை செய்யாமல் தீவிர இலக்கியவாதிகளின் விருப்புக் கேற்ப அவர் கூட்டம் கொஞ்சமாக இருந்தாலும் சில நூறு பேர்களே அதன் வலிமையாக இருந்தாலும் க.நா.சு.வின் குரலை ஏற்று வாங்கி முழங்கியது அந்தக் கூட்டம் என்பதை மறுக்க முடியாது. ஆனால் க.நா.சு.வுக்கோ அவரது அன்றாட வாழ்க்கைக்கோ அவரது புகழுக்கோ எந்த பெருமதிப்போ வந்து சேர்ந்துவிடவில்லை என்பதை இந்த இடத்தில் அழுத்தமாகச் சொல்ல விரும்புகிறேன். ஆனால், ஏறத்தாழ 45 ஆண்டுகளுக்குப் பின்னரும் இலக்கிய விமரிசனம் படிக்கிறார்கள் தமிழில் இலக்கிய விமரிசனம் கற்க விரும்புகிறவர்கள் படிக்க வேண்டிய முதல் புத்தகமாகவே அது அமைந்துவிட்டது என்பது யாரும் தவிர்க்க முடியாது விஷயமாகவே உள்ளது. அந்த நூல் பலரை உருவாக்கியது. பல லட்சியவாதிகளின் மூர்ச்சனைகளை திருப்பியது. பல இலக்கிய மாணவர்களை உருவாக்கியது. பல மறைந்துபோன நூல்களை நினைவூட்டியது. தமிழ் துணிந்து முன்னே போக வேண்டிய பாதையை செப்பனிட்டுக் காட்டியது மட்டுமல்ல உலக இலக்கியத்தில் தமிழகத்தின் நிலை எந்தக் கடைகோடியில் இருக்கிறது என்பதை சவுக்கால் அடித்து எடுத்துக் காட்டியது. இந்த நூல் வெளிவந்தபோது ராஜாஜி சொன்னாராம், 'தொந்தரவான புத்தகம்' என்று. ஆனால் ஜெர்மன் எம்பஸி, உலகத் தமிழ் நூலகங்கள் பலவற்றிலும் அந்த நூல் விலை கொடுத்து வாங்கப்பட்டது. தமிழிலும் உலக இலக்கியத் தொடர்புடைய செய்திகளை வெளியிடலாம் என்ற தைரியத்தை வெளிநாட்டு, வெளிமாநில விமர்சகர்கள், அறிஞர்களுக்கு அந்த நூல் ஊக்குவித்தது. சுனிதிகுமார் சட்டர்ஜி வங்காளியில் அந்த நூலைப் பற்றி எழுதினார். உலக இலக்கிய பிரக்ஞை பற்றிய அவசியம் என்பது பற்றி இந்த நூல் எடுத்துக் காட்டுகிறது என்று சீனிவாசராவ், பெஸரூபா ஆகியோர் தெலுங்கிலும், ஓரியாவிலும் எழுதினார்கள் குன்ஹன்ராஜா, ஜோஸப்முண்டசேரி, ஏ.பி.பி. நம்பூதிரி, சேஷாத்ரி ஐயர் ஆகியோர் இந்த நூலின் முக்கியத் துவத்தை மலையாளத்தில் எழுதினார்கள். இப்படிச் சொல்லிக் கொண்டு போகலாம். ஆனால் தமிழிலோவெனில் இதன் முக்கியத்துவம் ஒருவிதப் பகையுணர்வுடனே உணரப்பட்டது.

அந்த நூல் தரவிமரிசனம் செய்தது. யார் பெயரையும் சொல்லாமல் விஷயத்தைப் பற்றி மட்டும் சொல்லிக் கொண்டு போகும் பழைய தமிழ்மரபை இந்நூல் சாக்கடையில் முறித்தெறிந்தது.

தமிழ் மாநிலத்தில் அன்று வரை இருந்த பேசப்பட்ட, பேசப்படாத, மூலையில் கிடந்த பலரைப் பற்றி அந்த நூல் தனது கொஞ்சம் பக்கங்களில் ஆக்ரோஷமாக விவாதித்தது. பிடித்தது, பிடிக்காதது பற்றி அழுத்தமான கொள்கைகளை முன் வைத்தது. தேவையல்லாதவர்களை ஒதுக்கியது. சுருங்கச் சொல்லப்போனால் இதுபோன்ற ஒரு புத்தகம், அதுவே தமிழில் முதல் முறையாக முடிவுரையாக அமைந்தது. ஷேக்ஸ்பியரில் தொடங்கி இப்ஸன் வரை, ஸ்டீம்பெர்க் தொடங்கி செல்மா லாகர்லெவ் வரை இந்த நூல் தனது கருத்துக்களை அதுவரை அறியாத தமிழர்களுக்கு முன்னால் ஆணி அறைந்து சொல்லியது. தமிழில் எழுதிக் கொண்டிருந்தது பலரைப் பற்றி கூசாமல் கண்டனத்தை உடைத்து முன்வைத்தது. பெயர் தெரியாத ஸ்வீடிஷ் ஸ்காண்டிநேவியா, ஜெர்மானிய, இத்தாலிய கலைஞர்களோடு தமிழ் வாணர்களை பற்றி இணைத்து தொகுத்தும், விரித்தும் காட்டினர். ஒரே நேரத்தில், திருவாலங்காட்டில் தலைகீழாக நடனமாடிய கரைக்காலம்மையாரின் திருப்பதிகத்தின் பெருமையைக் கூறிய அதே க.நா.சுப்ரமண்யம் அதிலேயே ஷேக்ஸ்பியரின் கவிதா நாடகங்களைப் பற்றியும் விமரிசித்தார் சிறுகதை என்றால் என்ன? அது எப்படி இலக்கியம் ஆகும்? என்று சுட்டிக் காட்டிய க.நா.சு., புதுமைப்பித்தன், கு.ப.ரா., லா.ச. ராமாமிருதம் போன்ற தலைசிறந்த சிறுகதையாசிரியர்கள் மட்டுமல்ல, பி.எம். கண்ணன், அநுத்தமா போன்ற குடும்பக் கதாசிரியர்கள் வரை சுட்டிக் காட்டி விவரித்திருக்கிறார். நல்ல கட்டுரை எது? இலக்கியம் அல்லாதது எது? என்பது பற்றி தீவிரமான, ஆணித்தரமான விமரிசனங்களோடும், விவாதங்களோடும், விவரணங்களோடும் இந்த நூல் மாதிரி வேறெந்த நூலிலும் இடம்பெறறதில்லை. விமரிசனப்போக்கு அதன் நம்பிக்கை எப்படி இருக்க வேண்டும்? கவிதை என்பது என்ன? காவியம் என்பது என்ன? நவீன இலக்கிய உலகத்தில் அதன் ஸ்தானம் என்ன? இனி, கவிதைக்கு வாழ்வு உலக இலக்கியத்தில் உண்டா? உலக இலக்கியத்தோடு தமிழிலக்கியம் சேர, இந்திய இலக்கியம் ஒன்றாக என்னென்ன முற்போக்குக் கருத்துக்களையும் பிற்போக்குக் கருத்துக்களையும், நிறைகுறை களையும் கையாள வேண்டும்? என்பது வரை மிக நவீனமான கருத்தோட்டங்களுடன் 1955 வாக்கிலேயே இந்த விமரிசனக் கலை என்ற நூலை க.நா.சு. தமிழ்ப் புத்தகாலத்தின் வெளியீடாக கண. முத்தையா வெளியிட்டு தமிழை கௌரவித்தார். இந்த 45 ஆண்டுகளில் பலமுறை பதிப்புகளாகி பலரின் சந்தேகங்களைத்

தீர்த்திருக்க வேண்டிய இந்த நூல் ஒரு குரோதம் நிறைந்த இலக்கிய அரசியலைத்தான் உருவாக்கியிருக்கிறது தமிழில் என்பது எல்லோரும் அறிந்ததே! என்றாலும் அது எழுதப்பட்ட இலட்சியத்தை அடைந்துவிட்டது என்பதில் யாருக்கும் சந்தேகம் இல்லை. இதன் இரண்டாவது பதிப்பு இப்போது ஒரு 10 வருடங்களுக்கு முன்புதான் வேறொரு பதிப்பகத்தாரால் வெளி-யிடப் பெற்றது.

க.நா.சு. வின் பிற்கால இலக்கியப் பத்திரிகையான **'இலக்கிய வட்டம்'** என்ற பத்திரிகையில் க.நா.சு. எழுதிய தலையங்கங்கள் யாவும் திரட்டப்பட்டு வெளியிடப்பட்டால் அது இன்னொரு முக்கியமான விமரிசனக்கலை நூலாக உருப்பெறும் என்பதில் சந்தேகம் இல்லை.

1965 வாக்கில், இனி, தமிழகத்தில் இருந்து பிழைக்க முடியாது என்கிற நிலை வந்தபோது க.நா.சு. தன் மனைவியையும் குழந்தையையும் அழைத்துக் கொண்டு டெல்லிக்கு வந்தார். போகும் முன் அவர் செய்த மற்றொரு மகத்தான காரியம் மணிக்கொடியில் எழுதிய ஒப்பற்ற சிறுகதையாசிரியரான மௌனி என்கிற சி. மணியின் சிறுகதைகளை - எல்லோருமே மறந்துபோய்விட்ட அவரது கதைகளை மீண்டும் தேடியெடுத்து ஸ்டார் பிரசுரம் கண. ராமநாதன் அவர்களை வற்புறுத்தி, அந்தச் சிறுகதைகளின் பெருமைகளை விரிவாக எடுத்துப் பேசி அதற்கொரு முன்னுரையும் எழுதிக் கொடுத்து - தமிழனின் மிகச்சிறந்த படைப்பு ஒன்றினை தனக்குச் சம்பந்தமில்லாத வேலை என்று தெரிந்தும்கூட அதை வெளியிடச் செய்தார். இதுவும் பலருக்கு எரிச்சலைத் தந்த விஷயம். என்ன செய்வது? தமிழனின் மூடமௌடீகத்தைப் பற்றிக் கவலைப்படாமல் உலகச் சிறந்த புத்தக நிறுவனமான பெங்குயின் பப்ளிஷர்ஸ் மௌனியின் கதைகளை தனது உலகில் சிறந்த சிறுகதைத் தொகுப்பில் சேர்த்து வெளியிட்டது. சென்னை அவரின் தேவைகளை மறந்தது. ஆனால், அவர் தமிழின் தேவைகளை மறக்கவில்லை. டெல்லி சென்ற பின்னரும் க.நா.சு. வின் போராட்டம் தொடர்ந்து. பல பிறமொழிக்கலைஞர்களுடன் தொடர்ந்து விவாதித்து தமிழின் முக்கியத்துவத்தை அங்கே நிறுவி வந்தார். விடாமல் ஆங்கில ஏடுகளில் க.நா.சு. வின் குரல் ஒலித்துக் கொண்டே இருந்தது பல தமிழர்களுக்குப் புரியாது. திருக்குறளை ஆங்கிலத்தில் மொழியெர்த்து அதன் தனித்துவத்தோடு வடநாட்டில் வெளி யிட்டார். இது ஒரு புதுமையான வெளியீடு. சிலப்பதிகாரம் என்கின்ற தமிழுக்கே உரித்தான மேதைமை நிறைந்த இதிகாச நாடகக் காவியத்தை ஆங்கிலத்தில் மொழிபெயர்த்து டெல்லியி லிருந்து வெளியிட்டார். இதுபோல தமிழின் மிகச் சிறந்த

இலக்கியங்களை மொழிபெயர்த்து வைத்தார். இந்தப் பணி அவருக்கு மிகப் பெரும் புகழைத் தேடித் தந்தது என்று சொல்வதை விட இம்மொழிபெயர்ப்புகளினால் பிற மொழிகள் பலவும் பாதிப்புற்றன என்பதில் சந்தேகம் இல்லை. படிப்பில் கோட்டை விட்ட க.நா.சு. அதைப்பற்றிக் கவலைப்படாமல் தொடர்ந்து பரீட்சையும் எழுதினார். வெற்றியும் அடைந்தார். க.நா.சு. வைப் பற்றிய தவறான விமரிசனங்களும் தொடர்ந்து தமிழகத்தில் வெளிவந்து கொண்டிருந்தன என்பதையும் இந்த இடத்தில் நாம் நினைவு கொள்ள வேண்டும். அமெரிக்க அடிவருடி, கைக்கூலி என்றெல்லாம் தொடர்ந்து அவருக்குப் பெயர்களை வாரி தமிழ் இலக்கியவாணவர்கள் வழங்கி வந்தார்கள். என்றாலும், மூட மௌடீகமான பல கருத்துக்களுக்கும் க.நா.க. பதில் சொன்னதே இல்லை. தொடர்ந்து ஓயாது தனது எழுத்துப்பணியை தொடர்ந்து வந்தார். என்றாலும் பம்பாயில் இருந்துவந்த பேர்ல் பப்ளிகேஷன்ஸ் நூலகத்திற்காக ஏராளமான மொழிபெயர்ப்புகளைச் செய்தார். உண்ண வேண்டுமே, உறங்க வேண்டுமே என்கிற அடிப்படை யான கேள்விகளுக்கும் பதிலளித்து தனது மொழிபெயர்ப்புப் பணியை செல்வனே செய்து கொண்டிருந்தார்.

அத்தியாயம் - 5

மொழிபெயர்ப்பும் சக யாத்ரீகர்களும்

அமெரிக்கன் எம்பஸிக்காக மொழிபெயர்த்துக் கொண்டிருந்த இந்தக் காலங்களில் ஒரு நீண்ட பதினைந்தாண்டுகள் தமிழில் அவர் எதுவும் எழுதுவதற்கு வாய்ப்பில்லாமல் போய் விட்டது என்றாலும் எழுத்து என்பது க.நா.சு. வுக்கு உயிர்மூச்சாக இருந்தது. கனவுகளை நனவாக்குவதற்கு அவரிடமிருந்த ஒரே ஆயுதம் எழுத்துதான். எனவே, அவரால் எப்படி அவைகளை விட்டு விலக முடியும்? தொடர்ந்து, அவரது சிறுகதைத் தொகுதியை அவரே வெளியிட முயன்றார். கலைமகளிலிருந்து ஏற்கெனவே 'ஆடரங்கு' என்ற தொகுதியை அவர்களாகவே கேட்டு வெளியிட்டார்கள். அதைத் தொடர்ந்து 300 பக்கத்திற்கு மேற்பட்ட நாவல் ஒன்றினையும் க.நா.சு. முதன்முறையாக கலைமகள் இதழுக்காக 'சர்மாவின் உயில்' என்கிற சிறந்த நாவலை எழுதினார். அந்த நூலை வெளியிட கலைமகள் பெரும்தொகை ஒன்றை செலவிட நேர்ந்தது. மனைவி, தாய் தந்தையர், உறவினர் கி.வா. ஜகந்நாதன் ஆகிய எல்லா முக்கியஸ்தர்களிடமும் காட்டிய பின்னர் **பொய்த்தேவு** எனும் தலைப்பில் நாவலை கலைமகள், மிகப் பொடி எழுத்தில் (8 பாயின்ட்) வெளியிட்டது. இதன் மூலம் க.நா.சு. வின் படைப்புகளின் தரம் ஓரளவுக்கேனும் விமரிசித்து இருக்கப்பட வேண்டும். ஆனால், தமிழகத்தில் க.நா.சு. என்கிற விமரிசகரின் அழுத்தந்திருத்தமான கருத்துகளினாலும், அபிப்பிராயங்களினாலும் ஏற்கெனவே, பாதிப்படைந்திருந்த எழுத்தாளர்களும், பதிப்பாளர்களும் க.நா.சுவின் நூல்களை ஏனோ விமரிசிக்க முன்வரவில்லை. இது ஒருவகையில் தமிழின் மூடமௌடீக இருட்டடிப்புதான் என்று புரிந்துகொள்ள வேண்டும். க.நா.சு.வின் பெரிய நூல்களை பொடி எழுத்துக்களில் அச்சிட்டே சிறு நூல்களாக்கி வெளியிட்ட வேலையை இந்த பதிப்பகங்கள் செய்தாலும் அது பற்றிக் க.நா.சு. வருத்தப்படவோ, பயப்படவோ இல்லை. தொடர்ந்து க.நா.சு.வின் விமரிசன நூல்களை எல்லோரும் எதிர்நோக்கினர். என்றாலும் க.நா.சு.வுக்கு விமரிசனத்தின் பேரில் நம்பிக்கை இல்லை. விமரிசனத்தின் மூலமாக சிறு அசைவு ஏற்படுத்தலாம் எனும் நம்பிக்கை இருந்ததே தவிர முழுபிரக்ஞையும்

மாற்ற முடியும் என்ற நம்பிக்கை க.நா.சு. விடம் தான் செய்ய முடியாது என்ற நம்பிக்கை இருந்து வந்தது. எனவேதான் அவர் திட்டமிட்டபடி ஒரு நாளைக்கு 30, 40 பக்கங்கள் எழுத அவரால் வாய்த்தது. அவர் மனைவி, மகள், மருமகன் ஆகிய எல்லோருக்குமே அவர் ஒரு இலக்கியப் பிரதிநிதியாகவே இருந்து வந்தார். எனவே, அசைபோடும் பிராணிபோல் ஒவ்வொரு விஷயத்தையும் கூர்ந்து கவனித்து அசைபோட்டு அவற்றின் சாரத்தை உள்ளிறக்கிக் கொள்வார். எந்த விஷயத்தையும் மேம்போக்காக அறிகிற குணம் க.நா.சு. விடம் கிடையாது. க.நா.சு. வின் மகள் வெகு விரைவில் ஒரு இளைஞரைத் கூட்டிக் கொண்டு வந்து அறிமுகப் படுத்தியவுடன் க.நா.சு.வுக்கு புரிந்துவிட்டது. தன் மகளுக்குக் கல்யாண நாள் நெருங்கி விட்டதென்று. அந்த பிராமணருக்கே க.நா.சு. தன் மகள் ஜம்னாவை திருமணம் செய்வித்தார். அப்போதிருந்தே க.நா.சு. வின் குடும்பத்துடன் க.நா.சு.வின் மருமகன் எஸ்.கே. மணி இருந்து வந்தார்.

மதுரையில் இருந்த பி.கே. புக்ஸ் நிறுவனம் அவரது கவிதைகள் எல்லாவற்றையும் வெளியிட முன் வந்தது. தமிழ் இலக்கியத்தில் புது நவீனக்கவிதையை ஆரம்பித்து வைத்த மூலவர்களில் ஒருவரான க.நா.சுப்ரமண்யம் அவர்களின் முதல் கவிதைத் தொகுதி அவரது 60 -வது வயதுக்கு மேல் தஞ்சை ப்ரகாஷ் மூலமாக வெளியிட பி.கே. புக்ஸ் முனைந்தபோது க.நா.சு. சொன்ன பதில் இதுதான். 'என் கவிதைகளைத் தேடி எடுத்துத் தர என்னால் முடியாது. பல பத்திரிகைளின் பக்கங்களில், மூலைகளில் அவை சிதறுண்டு கிடக்கின்றன. ஒரு சில கவிதைகளை வெளியிடுவதாக க்ரியா ராமகிருஷ்ணன் எடுத்துச் சென்றது என்னவாயிற்று என்று எனக்குத் தெரியாது. ஏது செய்தேனும் நீங்கள் வெளியிட்டுக் கொள்ளுங்கள் என்று எழுதினார். அதைப் போலவே பல நண்பர்களின் முயற்சியால் தமிழகமெங்கும் இறைந்து கிடந்த அவரது கவிதைகளை தஞ்சை ப்ரகாஷ், எஸ். ராமகிருஷ்ணன், நகுலன், டி.கே. துரைசாமி போன்ற பலரின் கடுமையான முயற்சியால் 1930-க்கு முன்னிருந்து 1992, 1993 வரை அவர் - கவிதைகள் பலவற்றையும் மிகச் சிரமப்பட்டு சேர்த்து க.நா.சு.வின் 'மயன் கவிதைகள்' என்ற தலைப்பில் மிக கனமான புத்தகமாக மதுரை பி.கே. புக்ஸ் வெளியிட்டதை அன்றைக்கு யாரும் எதிர்பார்க்கவில்லை. அதன் பின்னர் வெகுவேகமாக அவரது ஏற்கெனவே வெளியிடப்பட்ட நாவல்கள் பலவற்றையும் ஸ்டார் பிரசுரம் தொகுதி தொகுதியாகப் பிரசுரித்தது. பெரிய மனிதன், அசுரகணம், ஆட்கொல்லி, நளினி போன்ற 11 அழகிய சிறுசிறு நாவல்களை 2 தொகுதிகளாக 25 ஆண்டுகளுக்குப் பின்னர் வெளியிட்டார்கள். அவரது சிறுகதைகள்

அற்புதமான தொகுதிகளிலிருந்து தொகுக்கப்பட்டு இரண்டு தொகுதிகளாக ஸ்டார் பிரசுரம் 20 ஆண்டுகளுக்குப் பின்னர் வெளியிட்டது. கலைமகள் பிரசுரம் வெளியிட்ட 'பொய்த்தேவு' நாவலை மீண்டும் ஸ்டார் பிரசுரம் வெளியிட்டது. அதைத் தொடர்ந்து க.நா.சு. வின் கவிதைகள் என்ற தலைப்பில் சிட்டாடல் பப்ளிகேஷன்ஸ் வெளியிட்டது. அதைத் தொடர்ந்து 'அவரவர்பாடு', 'மம்மேனியார்' போன்ற நாவல்களையும் வேறு சில பதிப்பகங்கள் வெளியிட்டன. மொழிபெயர்த்துக் கொடுத்து 40 ஆண்டுகளுக்குப் பின்னர் ஐரோப்பியச் சிறுகதைகள் என்ற நூலை அல்லயன்ஸ் பதிப்பகத்தினர் முதன் முறையாக வெளி-யிட்டார்கள். இவை போக, குமுதம் இதழில் 1950 க.நா.சு. அவர்கள் அறிமுகம் செய்த முதல் 5 தமிழ் நாவல்கள் என்ற தொகுப்பு அமுத நிலையம் வெளியிட்டது. இன்றும் விற்றுக் கொண்டிருக்கிறது. இவை தவிர மொழிபெயர்ப்பு நூல்கள் என்ற அடிப்படையில் பார்த்தால். அ.கி. ஜெயராமன், அ.கி. கோபாலன் போன்ற 10 பதிப்பாளர்களால் வெளியிடப்பட்ட பெரிய பெரிய நாவல்கள் உலக மொழிகள் பலவற்றிலிருந்தும் மொழிபெயர்க்கப் பட்டு வெளிவந்தவை. ஏறத்தாழ 60 புத்தகங்கள் என்று நினைக்கும் போது ஆச்சரியமாக இருக்கிறது. இவை போக க.நா.சு. மொழி பெயர்த்த 'உலகத்துச் சிறந்த 7 நாடகங்கள்' என்ற அருமையான புத்தகங்கள் இப்போது கிடைப்பதில்லை. தமிழில் முதன்முதல் ஸ்காண்டிநேவிய நாடகாசிரியர் உலகப் புகழ்பெற்ற ஹென்றிக் இப்ஸன் அவர்களின் 'டால்ஸ் ஹவுஸ்' (பொம்மையா? மனைவியா?) என்ற உலகப் புகழ்பெற்ற அற்புத நாடகத்தை முதன் முதலில் க.நா.சு.தான் அச்சிட்டு அமுத நிலையம் ஸ்ரீகண்டன் வெளியிட்டார். நவீன நாடக மொழிபெயர்ப்பு எப்படி இருக்க வேண்டும்? என்பதற்கு இது ஒரு மைல் கல்லாகவே இன்றும் இருந்து வருகிறது. இதற்குப் பின்னர் இப்ஸனை மொழிபெயர்த்த பலர் அடைந்த மகத்தான தோல்வியை க.நா.சு. வின் நாடகம் எடுத்துக்காட்டும். சுயமாகவே நாடகம் எழுதுவதிலும் பின்வாங்க வில்லை. நல்லவர், ஊதாரி ஆகிய இரண்டு நாடகங்கள் க.நா.சு. வின் நாடகத்தன்மைக்கு சிறந்த எடுத்துக்காட்டுக்களாக பல்லாண்டுகள் நிலவும். புதுமை விரும்பியாகிய க.நா.சு. 40 நாவல்கள் ஒன்றுக்கொன்று வித்தியாசமான முழுக்க முழுக்க வேறுபட்ட படைப்புகளாக, ஏறத்தாழ 20 ஆண்டுகளுக்குப் பின் தமிழகம் மீண்டு வந்தபோது மீண்டும் ஒவ்வொரு பத்திரிகையிலும் எழுத ஆரம்பித்தார். தனியாகவும் சில நாவல்களை பதிப்பகங்களில் முழுமையாக வெளியிட்டார். இவற்றில் மிகச் சிறந்தது 'அவதூதர்' என்ற பெரிய நாவலாகும். இது ஆங்கிலத்திலோ வேறு மொழியிலோ வந்திருந்தால், வெளிவந்த காலத்திலேயே பெரும் பரிசுகளைப் பெற்றிருக்கக் கூடும். தவிர தினமணிக்கதிர் இதழில் அவர் எழுதிய

'கோதை சிரித்தாள்' இந்தியாவின் புனர்நிர்மாணத்தைப் பற்றியது. ஆரவாரமில்லாமல் அழுத்தமாகச் சொல்லப்பட்ட நாவல் அது. அடுத்து, அவர் ஆங்கிலத்தில் எழுதி Critaerian Publications வெளியிட்ட (பெங்களூரிலிருந்து) நாவல் தமிழிலும் ஒரே நேரத்தில் வெளிவந்தது. 'தாமஸ் வந்தார்' என்கிற நாவல்தான் அது. தமிழில் இது ஒரு புதுமுயற்சி என்றே சொல்ல வேண்டும். ஆக 20 ஆண்டுகளுக்குப் பின்னர் மீண்டும் தமிழகம் வந்து, தமிழில் ஆழமான பல இலக்கிய முயற்சிகளை அனாயாசமாக செய்து காட்ட க.நா.சு.வால் முடிந்தது. சிலகாலம் பெங்களூரு சென்று எழுத்தாளருக்கெனவே கட்டப்பட்ட சிறுநகரத்தில் தன்னந்தனிமையாக வாழ்ந்து ரசித்து, படித்து வாழ்வின் பயனை அனுபவித்து வந்தார். தனது நூல்களை வெளியிடுவதற்காக தமது 70-வது வயதில் அவர் பதிப்பாளர்களை சென்று கண்ட போது நான்கூட இருந்து பார்த்திருக்கிறேன். மனங்கோணாதபடி தனது கருத்துக்களை மெல்லமெல்ல வலியுறுத்தி வந்தார். வேறு ஆசிரியரின் படைப்புகளை வெளியிடத் தூண்டினார். முக்கியமாக புதுமைப்பித்தனின் எல்லா படைப்புகளையும் ஒரே தொகுதியாகக் கொண்டுவர வேண்டும் என்று ஐந்திணைப் பதிப்பகத்தாரை வற்புறுத்திப் பலமுறை நடந்து ஏறத்தாழ 50 ஆண்டுகளுக்குப் பின்னர் புதுமைப்பித்தனின் 100 சிறுகதைகளை ஒரு தொகுதி யாகவும் மொழிபெயர்ப்புகளை மற்றொரு தொகுதியாகவும் மிச்சமுள்ள கட்டுரைகள், மொழிபெயர்ப்புகள் யாவற்றையும் இந்த தலைமுறை இளைஞர்களுக்கு மீண்டும் பெற்றுத்தந்த வேலையை வேறு யாரும் செய்திருக்க முடியாது. இதைத் தவிர ஆர். ஷண்முகசுந்தரம் இன்னும் பிற மணிக்கொடி எழுத்தாளர்களின் படைப்புகள், ந. பிச்சமூர்த்தியின் படைப்புகள், மேலும் தி. ஜானகிராமனின் கதைகள் ஆகிய எல்லாவற்றையும் தொகுதி களாகக் கொண்டு வரவேண்டுமென்று தான் சந்திக்கிற ஒவ்வொரு பதிப்பாளரிடமும் வற்புறுத்தி வெளியிடுமாறு அவர்களை ஒருவழிப்படுத்தி வந்தார். இந்த சாதனையும் லேசானதல்ல. ஒவ்வொரு நூலகத்தினரையும் சந்தித்து ஆவன செய்யுமாறு கூறி, புதிய புதிய யோசனைகளையும் கூறி ஊக்குவித்து புதிய புகவைக்கும் பணி இத்தனை ஆயிரம் ஆண்டுகளில் யாரும் செய்யமுடியாத ஒன்றாகும். 60 ஆண்டுகளுக்கு முன்னர் அல்லயன்ஸ் பதிப்பகம் வெளியிட்ட எஸ்.வி.வி. என்ற மாபெரும் நகைச்சுவை எழுத்தாளரின் படைப்பு மீண்டும் வாழ்வு உண்டு என்று ஒரு விமர்சகராகவும், தீர்க்கதரிசியாகவும் பதிப்பாசிரியரிடம் வாதாடி அவற்றை மீண்டும் அச்சேற்றி வெளிவர வைத்ததோடு அதற்காக ஒரு புதிய புத்தகம் ஒன்றை க.நா.சு. வினுடையது இருக்க வேண்டும் என்று வற்புறுத்தி அதைப் போலவே புதிய புத்தகம் ஒன்றையும் எழுதிக் கொடுத்து ஊக்குவித்தார். அல்லயன்ஸ் புத்தக நிலையம்

இப்போது மீண்டும் தழைத்து ஓங்கி வருகிறது. ஆனந்தவிகடன் தேவன், க.நா.சு., எஸ்.வி.வி., காண்டேகர், வீர சாவர்க்கர், துக்ளக் 'சோ' ஆகியோரது நூல்களையெல்லாம் மீண்டும் வெளியிட்டு மிகச் சிறப்பான முறையில் தலையெடுத்ததற்கு க.நா.சு.வே காரணம். இதைப் போலவே பேதா பேதமற்று எழுத்தின் திறமையை மட்டுமே அடிப்படையாகக் கொண்டு எத்துணையோ பேரை மீண்டும் களத்தில் எழுப்பிவிட்டார் க.நா.சு. புதிய பதிப்பாளர்களுக்கு, புதிய புத்தகங்களை எழுதித் தரவும் அவர் பின்வாங்கவில்லை. க.நா.சு. வைப் பற்றி காய்தல், உதத்தல் இன்றி ஒரு கருத்தை யாராலும் சொல்ல இயலாது. காரணம், க.நா.சு. புகழ்ந்து கொண்டே இருப்பவரும் அல்ல. இகழ்ந்து கொண்டே இருப்பவரும் அல்ல. தமிழில் வாயுறை வாழ்த்து என்பது மரபுசார்ந்த அற்புதமான விஷயம்தான். பரீட்சையில் பள்ளி கல்லூரி மாணவர்களுக்கு **காம்ப்ரஹென்ஸன்** என்ற நலம் பாராட்டல் எனும் துறை ஒன்று ஆங்கிலேயர்களால் நமது பாடத்திட்டத்தில் சேர்க்கப்பட்டிருந்தது. ஆனால் தமிழ் இலக்கிய தேர்வுத் தாள்களில் பாரதிக்குப் பின் பாரதியைத் தவிர வேறு யாரையும் பாடத்திட்டத்திற்குள் நுழையவிடாமல் அடித்தார்கள் தமிழறிஞர் பெருமக்கள். இதற்காகவும் க.நா.சுப்ரமண்யம், ரா.பி. சேதுப்பிள்ளை, டாக்டர் மு. வரதராசனார், ந. சஞ்சீவி, கு. ராஜவேலு, சி.சு. செல்லப்பா போன்றோர் கடுமையாக அரங்கில் முழங்கினர் என்றாலும் மிகமிக மெதுவாகத்தான் பாரதிதாசன் நினைக்கப்பட்டார். உரைநடையிலோ கேட்கவே வேண்டாம். புலவர் பெருமக்களின் கட்டுரையுடன் சரி. புதிய கதையோ கட்டுரையோ மறுமலர்ச்சி இலக்கியத்திலிருந்து ஏதேனும் சில பகுதிகளையோ சேர்க்கப்படவில்லை. விமரிசனம் என்பது அறவே பாடதிட்டத்தில் இல்லை. துணைப் பாடத்திலும் விமரிசனம் இடம் பெறவில்லை. எம்.ஏ. போன்ற முதுகலை பட்டத்திலும் பி.ஏ. போன்ற இளங்கலைப் பட்ட பாடத்-திட்டங்களிலிருந்து ஒதுக்கப்பட்டிருந்தது. இந்தநிலை மாற வேண்டும் என்று அறிஞர்கள் பெரும்பாலும் முயன்றார்கள். ஆனால் அம்முயற்சி அப்போது பலனளிக்கவில்லை. தமிழ் நாட்டுக்கு வெளியேயுள்ள திருவனந்தபுரம் பல்கலைக்கழகம், ஆந்திரப் பல்கலைக்கழகம் போன்ற வெளிமாநில பல்கலைக் கழகங்களில் இது ஏற்றுக் கொள்ளப்பட்டது. அதன் பின்னரே நமது பல்கலைக்கழகங்கள் ஏற்றுக்கொண்டன. ஆக, ஒவ்வொரு துறையிலும் மாறுதல்கள் அவ்வளவு லேசானதாக இருக்கவில்லை என்பதுதான் உண்மை. சி.சு. செல்லப்பா நடத்திய 'எழுத்து' பத்திரிகை, ப.ஜீவானந்தம் கட்சி சார்பில் நடத்திய 'தாமரை' இவை வலியுறுத்தப்பட்டன. என்றாலும் மாற்றம் மிக நிதானமாகவே நிகழ்ந்தது. பிறகு பாடத்திட்டங்களில் கொஞ்சங் கொஞ்சமாக

மறுமலர்ச்சி இலக்கியங்கள் இடம் பெற்றது. எதற்காக இதை நினைவூட்டுகிறேன் என்றால் தமிழ் இலக்கிய உலகில் நேர்ந்த மாறுதல்கள் ஒவ்வொன்றும் பலத்த சர்ச்சைக்கிடையில் அங்கீகரிக்கப்பட்டன என்பதற்காகத்தான் க.நா. சுப்ரமண்யம் ஒவ்வொரு கருத்தரங்கிலும் கலந்துகொண்டு வலுவாக ஒவ்வொரு பிரச்னைகள் பற்றியும் விவாதித்து வந்தார். ஆனால் அவரது வாழ்க்கை ஒரு பரிசோதனையாகவே இருந்து வந்தது. டெல்லியில் இருந்து மீண்டும் தமிழ்நாட்டுக்கு வந்த பின்னர் பத்திரிகைகள் அவரை நன்கு பயன்படுத்திக் கொண்டன. அவரது அபிப்ராயங்களுக்கு இதற்கு முன்னிராத வண்ணம் மரியாதையும தகுதியும் அளித்து பிரசுரித்தது. தாமரை, எழுத்து, ஜீவா போன்ற இதழ்கள் நல்ல வளர்ச்சியடைந்தன. பல்கலைக் கழகங்களில் க.நா.சு. சுட்டிக்காட்டிய யோசனைகள் பலத்த கவனம் பெற்றன. சி.சு. செல்லப்பா தன்னந்தனியனாக பல்கலைக் கழகங்களுள் நுழைந்து தனது இலக்கிய விமர்சனக் கோட்பாட்டை முன் வைத்தார். தானே, தான் அச்சிட்ட நூல்களை மூட்டையாகச் சுமந்து சென்று இலக்கிய விற்பனையை விமர்சனக் களமாக மாற்றினார். க.நா. சுப்ரமண்யம், செல்லப்பா ஆகியோரின் கடுமையான முயற்சியால் பல்கலைக்கழகங்கள் விழிப்புற்றன என்றால் அது பொய் அல்ல. விமரிசனத்துக்கென்றே ‘எழுத்து’ என்ற பத்திரிகையை விடாப்பிடியாக நடத்தி கருத்துருவாக்கக் கட்டுரைகளையும் செயலுருவாக்கங்களையும் செய்து காட்டினார் சி.சு. செல்லப்பா. இந்தப் பணியில் சரிபாதி க.நா.சு. வுக்கும் இருந்தது என்பதை மறுக்கமுடியாது. செல்லப்பா தமிழின் சிறந்த நாவல் வரிசை பற்றி ஒவ்வொரு கல்லூரியிலும் பேசி நூல் விற்பார். அதில் க.நா.சு.வின் ‘பொய்த்தேவு’ நூல் பற்றியும் ஒரு சொற்பொழிவு இருக்கும். எனவே, புதிய இலக்கியம் பற்றி பேச வருகிறவர்களுக்கு, படிக்க வருகிறவர்களுக்கு Informative ஆகவும், விபரக்குறிப்பு வழியாகவும் சி.சு. செல்லப்பா சொற்பொழிவில் கூறியாக வேண்டிய கட்டாயம் அவருக்கிருந்தது. அதைப் போலவே, அதன் காரணமாகவே பல கல்லூரிகளிலும் க.நா.சு. வைப் பேச அழைத்தார்கள். அப்போது க.நா.சு., செல்லப்பாவின் இலக்கியக் கோட்பாடுகள் பற்றியும், தனது இலக்கிய நம்பிக்கைகள் பற்றியும் கூறவேண்டிய கட்டாயம் நேர்ந்தது. செல்லப்பாவைப் போல அவ்வளவுதூரம் அலசல் விமரிசனம் (Analitical Criticism) செய்வதில் க.நா.சு.வுக்கு நம்பிக்கையில்லை என்று முன்பே சொன்னோம். என்றாலும், மாணவர்களின் சந்தேகங்களைத் தீர்க்க க.நா.சு.வும் பின்தங்கியவரே அல்ல. தனது வயோதிக காலத்திலும்கூட ஒவ்வொரு கல்லூரியிலும் க.நா.சு. தனது விளக்கங்களை சிறப்பாகச் செய்து வந்தார் என்பதை மறுக்க முடியாது. அதன் காரணமாகவே பாண்டிச்சேரி பல்கலைக்

கழகத்தில் அவரது இறுதிக்காலத்தில் ஒன்றரையாண்டு காலம் விசிட்டிங் புரபசர் (வருகைதரு பேராசிரியர்) பணி க.நா.சு.வுக்கு மட்டும் கொடுக்கப்பட்டதை நினைவுகூர வேண்டும். அந்த வகுப்புகளுக்கு நான் நேரில் சென்று கண்ணுற்றிருக்கிறேன். க.நா.சு.வை ஒரு பேராசிரியராக ஆக்கி அவரிடத்தில் மாணவர் களைத் துணிவுடன் அனுப்பிவைத்து மாணவர்களுக்கு நவீன தமிழ் இலக்கியத்தில் தீராத ஆர்வமும், வேகமும் தோற்றுவித்த வெங்கட சுப்பிரமணியம் மிகுந்த பாராட்டுக்குரியவர். அதற்குப் பின்னர் நாடகத்துறைக்கென எழுதிய இந்திரா பார்த்தசாரதி அவர்களையும் நாட்டார் வழக்காற்றியலுக்காக கி. ராஜ நாராயணன் அவர்களையும், அழைத்துப் பணிசிறக்க வைத்த அவரது மேன்மை யும் துணிச்சலும் பிற பல்கலைக்கழகங்கள் பின்பற்றப்பட வேண்டிய தனித்தன்மை வாய்ந்தவை. இந்தப் பருவத்தில்தான் க.நா.சு. வுக்கு அவரது இலக்கியப் பணிக்காக சாகித்ய அகாடமி விருது கிடைத்தது. அவரது அயராத, அசைவுறாத, ஊக்கம் குறையாத உழைப்புக்கு கிடைத்த வெற்றியாக இதைக் கருதினாலும் க.நா.சு. இன்னும் நிறையச் செய்ய வேண்டும் என்ற திட்டத்திலேயே இருந்தார். அவரது நீண்டகாலக் கனவாகிய உலக இலக்கியம் எது, எப்படி? ஏன்? என்ற அரிய நூலை பாண்டிச்சேரி பல்கலைக்கழகம் வாயிலாக சிறந்த முறையில், குறைந்த விலையில் வெளியிட்டார். இது இந்தத் துறையில் மிகப்பெரிய சாதனை என்பதை வருங்காலம் உணர்த்தும். ஒரு தமிழிலக்கிய மாணவன் எதை எதைப் படிக்க வேண்டும், எதை எதைத் துறக்க வேண்டும, எதை எதைப் படித்துப் பழகிக் கொள்ள வேண்டும் என்ற மூன்று அடிப்படைக் காரணங்களை ஆதாரபூர்வமாகவும், அற்புதமாகவும், விளக்க பூர்வமாகவும், இந்த நூல் அபூர்வமாக ஆராய்ந்து காட்டுகிறது. இதைப் போலவே பாண்டிச்சேரி பல்கலைக்கழகத்தில் க.நா.சு. இருந்த காலத்திற்குள் பாரதியாரின் வசன கவிதை முழுவதையும் ஒரு தொகுப்பாக ஆய்வு முன்னுரை மற்றும் குறிப்புரை ஆகியவற்றோடு இது வெறும் புதுக்கவிதை அல்ல புதுக்கவிதையால் பாரதி சாதித்த இதிகாச காவியம் என்று அதற்கான காரண காரியங் களுடன், அத்துடன் அது உலக இலக்கியத்தரத்தில் எந்த இடத்தில் நிற்கிறது? ஏன்? எப்படி? என்கிற விரிந்த நுண்மைசேர் பொருளில் பாரதியின் கையெழுத்திலேயே இந்தக் கவிதைநூல் முழுவதும்போட்டோ அச்சு முறைப்படி வெளியிட்டு செய்திருக்கும் சிறப்புப் பணி சாதாரணம் அல்ல என்பதையும் இவ்விடத்தில் நினைவுகூர்வது உகந்ததாக அமையும் இதைப் போலவே தஞ்சைத் தமிழ்ப் பல்கலைக்கழகத்துக்கு அவர்கள் அழைத்த போதெல்லாம் வந்து பேராசிரயர்களின் நுண்மையான சந்தேகங்

களையும் மாணவர்களின் ஆர்வங்களையும் தூண்டிவிட்டு அங்கே புதுமைப்பித்தனைப் பற்றி அவதூறுகள் கிளப்பப்பட்ட போது அதற்கு மணிக் கணக்கான விளக்கங்களையும் விரிவுரை களையும் அளித்து எந்தப் பல்கலைக்கழகத்திலும் கிடைக்காத விளக்கங்களை எல்லாம் தந்து பூரணப்படுத்தி தனது ஆசிரியப் பணியையும் மிகச் சிறப்பாக செய்தார் என்பதை மறக்கவோ மறுக்கவோ முடியாது. வேங்கடவன் பல்கலைக்கழகத்தில் பல ஆண்டுகளுக்கு முன்பு பல மாதங்கள் தங்கியிருந்து வைணவத்தின் பல்வேறு தளங்களைக் கற்றார் க.நா.சு. அதைப்போலவே திருவனந்தபுரத்துக்குச் சென்று அங்கு ஒரு அத்வைத ஆசிரமத்தில் அத்வைதம் கற்றார். இப்படி கற்பதையும் கற்பதை பிறருக்கு வாரி வழங்குவதிலும் கநா.சு. தனித்துவம் வாய்ந்தவராகவே விளங்கினார். இவைதவிர கைக்காசு செலவு செய்து பிரான்ஸ் நாட்டில் பாரிசில் சில மாதங்கள் தங்கியிருந்து அங்குள்ள இலக்கிய மேடைகளில் முழங்கினார். அங்கிருந்து ஸ்காட்லாந்து சென்றார். போகுமிடமெல்லாம் இலக்கியத் தீயைக் குறிக்கோளாகக் கொண்டு சென்றார். வெளிநாட்டு இலக்கியாசிரியர்களும் மற்றும் எழுத்தாளர்களும் அவரைச் சந்திக்க அவரது சிதம்பரம் இல்லத்துக்கு வந்து அவரை சந்தித்திருக்கிறார்கள். இந்திய இலக்கியத்தில் மிக முக்கியமான ரசனைத் துறையில் புதிய எல்லைகளைத் தொட்டுக்காட்டிய ரஸிகமணி டி.கே.சி. என்கிற சிரம்பரநாத முதலியார் ஆகியோருடனும் தொடர்ந்து கருத்து வேறுபாடுகள் இருந்தாலும் அளவளாவி மகிழ்ந்து, கடிதங்கள் எழுதிக் குவித்து சந்தோஷப்பட்டிருக்கிறார். இதைப் போன்ற விஷயங்களை அவருடன் கூட இருந்த, வாழ்ந்த, பல எழுத்தாளர்கள் நம்பியதே இல்லை. அவரைக் கேலி செய்வதையே தங்கள் குறிக்கோளாகக் கொண்டிருந்தனர். ஆனால் அதைப் பற்றி யெல்லாம் க.நா.சு. கவலைப்பட்டதேயில்லை. புதிய புதிய சிந்தனைத் தளங்களுக்கு நம்மை கொண்டு செல்லும் அபாரமான தனித்துவம் பெற்றிருந்தார். 1949-ம் ஆண்டு 'பேரன்பு' என்ற ஒரு நாடகக் காவியத்தை எழுதி, திருப்தி வராதபோது அவற்றைக் கிழித்து எறிந்திருக்கிறார். தமிழ் புதுக்கவிதைகளின் முன்னோடியாக அவரைக் காணவேண்டிய அவசியம் இருக்கிறது. இப்படி இலக்கியத்தின் பல்வேறு துறைகளிலும் அவர் காலத்துக்கு முன் கூவிய குயில் என்பதை மறுக்க முடியாது. தாம் எழுதிய எழுத்துக் களின் மீது அபாரமான பற்று வைத்திருந்தவர் என்று சொல்ல முடியாது என்பது இவரைப் பொறுத்தவரை ஒரு விசித்திரமான விஷயம். தன் எழுத்தின் மீது அதீதமான பிரேமை கொள்ளாத ஒரு எழுத்தாளனையும் இந்தியாவின் எம்மொழியிலும் காண முடியாது. ஆனால் தன் எழுத்தை மாற்றிக் கொள்ளவோ

திருத்திக் கொள்ளவோ சற்றும் அஞ்சாத துணிச்சல்காரர் க.நா.சுப்ரமண்யம் ஆவார். இவரது ஒரு கவிதை இப்படிப் பேசுகிறது.

‘ஊருக்கு உவக்காததைச் சொல்ல
ஒருவனுக்குத் தனிநரகம் உண்டென்றால்
அங்குதான் ஜீவிப்பேன் நான்.
அங்கும் என்னால் வாழமுடியாது.
ஏனென்றால்
அங்குள்ளவர்களுக்கும் உவக்காததைச் சொல்ல
எனக்கு மட்டுமே தெரியும்.
ஊருக்கு உவக்காததைச் சொன்னவர்
பரம்பரை பெரிது காண்!
அங்கும் நான்
உவக்காததை சொல்லுவேன்’

என்கிறது அந்தக் கவிதை. க.நா.சு. வின் அடிப்படையை இந்தக் கவிதை சரியாக தொட்டுக் காட்டுகிறது. எல்லோரும் ஒப்புக் கொள்வதை அவர் ஒப்புக்கொள்ள மறுத்தார்; எதிர்த்தார்; துறந்தார். அந்தக் காரணங்களைத் தேடினார். எந்தவொரு இலக்கியப்படைப்பும் உலகத்தாரால் உடனே அங்கீகரிக்கப் பட்டபோது அதை எதிர்த்து மறுத்தார். எந்தவொரு கலைப் படைப்பும் - எந்த ஒரு சமூகத்தாராலாவது உடனே ஏற்றிப் புகழப்பட்டால் அதை உடனே சந்தேகிக்க வேண்டும் மறு பரிசீலனைக்கு உட்படுத்த வேண்டும் என்பது அவர் கொள்கையாக இருந்தது. 40 நாவல்கள், 10 சிறுகதைத் தொகுதிகள், 80-90 மொழிபெயர்ப்பு நூல்கள், 10 தத்துவ விசாரங்கள், ‘இலக்கிய விசாரம்’ என்ற கேள்வி - பதில் நூல் ஒன்று, ‘உலகத்துச் சிறந்த நாவல்கள் பத்து’, உலகத்துச் சிறந்த நாவலாசிரியர்கள், உலகத்துச் சிறந்த சிந்தனையாளர்கள், மூன்று தொகுதிகள் படித்திருக்கிறீர்களா? என்ற அறிமுகத்துடன் தொகுக்கப்பட்ட 48 நூல்களின் தொகுப்பு. இலக்கிய விமரிசன நூல் ஒன்று, முதல் ஐந்து தமிழ் நாவல்கள் என்ற அறிமுகங்கள் இரண்டு, ஆங்கிலத்தில் தமிழ் பற்றிய அறிமுக நூல்கள் 10, உரை நூல்கள், விரிவுரை நூல்கள் என 10 என்று தனது 86 வயதிற்குள் அவர் எழுதிக் குவித்தவை பல்லாயிரக்கணக்கான பக்கங்கள். மிக மோசமான கையெழுத்தைத் தன்னகத்தே கொண்ட கநாசு. ஒரு டைப்ரைட்டிங் மிஷினை வைத்துக் கொண்டு ஆங்கிலத்திலும் தமிழிலும் ஒருவிரலால் மட்டும் டைப் செய்யும் விந்தையைக் கற்றிருந்தார். கநாசு. வின் நூல்கள் வரிசையில் இன்னும் பல விட்டுப் போயிருக்

கின்றன என்பதை அறிவேன். இந்திய நூலாசிரியர்கள் பற்றியும் இந்தியப் பிறமொழி இலக்கியங்கள் பற்றியும், இந்திய அறிஞர்கள் பற்றி அவர் எழுதிய குறிப்புகள் பலவற்றையும் சேகரித்தால் அது பல்லாயிரக்கணக்கான பக்கங்கள் வரும் என்று எனக்குத் தெரியும். ஆனால், அவைகளை எந்தத் தலைப்பில் எழுதுவது என்கிற திகைப்பு இங்கே எனக்கு ஏற்படுகிறது. புதிய இளைஞர்களை ஊக்குவிப்பதிலும் பழைய குப்பைகளைத் தூக்கி எறிவதிலும், தாமே சொல்லியிருந்தாலும் கூட மறுப்பதில் பின்வாங்கிய தில்லை. ஒரு கவிஞன் இப்படி எழுதுகிறான்...!

........'க.நா.சு. ஒரு மோசமான
விமரிசகர். அவருக்கு
விமரிசனம் எழுதத் தெரியாது.
க.நா.சு.வுக்கு நாவல்
எழுதத் தெரியாது
க.நா.சு.வுக்கு கட்டுரை
எழுத வராது.
அவர் யாரைப் பற்றியும்
உருப்படியாகப் பாராட்டியதில்லை.
க.நா.சு.வுக்கு கவிதை தெரியாது.
க.நா.சு.வுக்கு சுயசரிதை
எழுதத் தெரியாது.
எழுதித் தோற்றார்.
க.நா.சு.வுக்கு விமரிசனம்
சரியா வராது.
அது சரி,
என்னுடைய 'அந்தக்' கவிதை
பற்றி க.நா.சு. என்ன
சொல்லியிருக்கிறார்?
கொஞ்சம் சொல்லுங்களேன்.

அத்தியாயம் - 6

க.நா.சு.வும் புதுமைப்பித்தனும்

க.நா.சு. சிறந்த ரசிகராக வாழ்ந்தவர். வறுமையும், மிடிமைச் சூழலும் அவரை பயமுறுத்தவில்லை. பெரிய குடும்பத்தில் புகழுடைய பாரம்பரியத்தில் பிறந்து நிறையப் படித்து பக்குவப் பட்டவர். அவருடைய நண்பர்கள் எப்போதும் ஏராளம். ஆனால் வெகு சீக்கிரம் அவர் கருத்துக்களால் நெருக்குண்டு, நொறுக்குண்டு போவதுண்டு. இது சுபாவம். சுவாமிமலையிலிருக்கும்போது அங்குள்ள நாதஸ்வர, தவில் வித்வான்களிடம் மணிக்கணக்காக அவர்கள் சாதகம் செய்வதை ஆற்றோரப் படுகையிலிருந்து கேட்டுக் கொண்டிருப்பார். பெரிய சங்கீதஞானம் இல்லா விட்டாலும் கூட இசையில் லயித்து இருப்பார். பனி உலவும் காலை வேளையில் மார்கழி நாளில் சுற்றும் பஜனைக் கூட்டத்தை சுவாமிமலையில் கூடும் பக்தர் கூட்டத்தை அவர் வீட்டுத்திண்ணையில் இருந்து பார்த்து ரசிப்பார். பனிகொட்டும் காலைவேளையில் வெற்றிலைக் கொடிக்கால்களுக்கிடையில் வயல்வெளிகளில் காலையிலும் மாலையிலும் வாக்கிங் போவது ரொம்பப் பிடிக்கும். பளபளக்கும் ரயில் தண்டவாளங்களிடையே நடந்தபடியே தந்திக் கம்பிகளிடையே 'டொய்ங், டொயிங்' என்று ஒலியெழுப்பும் கரிச்சான் குஞ்சுகள் அவரைப் பரவசப் படுத்தும். படுகையோரம் வெகுதூரம் நடந்து அரசலாற்றுப் பிரிவு வரை போய்விட்டு திரும்பி வரும்போது கிருஷ்ணய்யர் கிளப்பில் ஒரு காப்பிக்கு இரண்டுகாப்பி (அந்தக் காலத்தில் 'சேர்' காப்பி உண்டு. முக்கால் சேர் 1 காப்பி) இரண்டாக அருந்திவிட்டு காப்பி கசப்பு தீரும் முன் வீட்டுக்கு வந்து வீட்டிலும் ஒரு கப் சாப்பிடுவார். இனிப்பு வகைகள், பலகாரங்கள் ஆகிய வைகளில் அவருக்கு அபார ப்ரீதி. அந்தக் காலத்தில் காப்பிக்கிளப் என்றாலே ஒரு நாளைக்கு 3-4 முறை ஸ்வீட் போடுவார்கள். ஜனங்களும் புதிதாக என்ன இருக்கிறது? என்று கேட்டு சாப்பிட்ட காலம். தஞ்சை மாவட்ட காபிகிளப் கலாச்சாரம், வெற்றிலை சீவல் வடையம், பன்னீர் சிவபுரி புகையிலை இவைகளெல்லாம் வெளிமாநிலங்களில்கூட பிரசித்தமானவை. புகையிலையும் வெற்றிலையும் வாங்கி அவற்றில் அத்தரும் பன்னீரும் கத்தக்

காம்பு தெளித்து 10 வகை வாசனை சாமான்கள் பாக்குத்தூள், சீவல், முந்திரிபருப்பு சேர்த்த வறுவல் அபாரமாயிருக்கும். ஆனால் என்னமோ க.நா.சு.வுக்கு வெற்றிலை சீவல் என்பது ஒரு பெரிய ரசனைக்குரிய விஷயமாகத் தோன்றுவதில்லை. புழுதி படிந்த கால்களோடு விட்டுக்கு மீளும் மகனை நாராயணசாமி ஐயர் தாங்க முடியாத பரபரப்போடு பார்த்துக் கொண்டிருப்பார். எது சொன்னாலும் மனம் கோணிவிடுமோ என்கிற அச்சம்தான். அதைப்போலவே பையனின் படிப்பு பற்றியும், பிற விஷயங்களைப் பற்றியும் பேச்சு குறைந்துவிட்டது. கும்பகோணத்திலோ அல்லது வேறு வெளியூர்களிலோ அவர் படிக்கப் போனபோதும் மகன் மனம் கோணாதபடி நடந்தது போலவே விலக்கமாகவும் நடந்து கொண்டார். பையன் மீது அபாரமான ப்ரீதியும், பாசமும், பையன் திறமையின்மீது அழுத்தமான ஈடுபாடும் கொண்டிருந்த அவருக்கு க.நா.சு. ஏமாற்றம்தான் தந்தார். ஆனாலும் அவரது படிப்பில் அவர் சோடை போகவில்லை. என்றாலும் தந்தையின் எதிர்பார்ப்பு மலையளவு இருந்தது. வீட்டில் அவரது திறமையை யாரும் குறைத்து மதிப்பிட்டதே கிடையாது. சென்னை சென்ற பின்னர் அவருக்கு கிடைத்த உன்னதமான நட்பு புதுமைப் பித்தனின் உறவுதான். புதுமைப்பித்தனும் தேர்ந்த ரசிகர். ஆனால் ஒரு பத்திரிகையில் பணிபுரிந்து கொண்டிருந்தார். காலை நேரத்தில் அப்போதெல்லாம் மெரீனா பீச் வெறிச்சோடிக் கிடக்கும். இவ்வளவு சிலைகள், காதலர் பாதை, குறுக்குநெடுக்கான சிமிண்ட் கட்டிடங்கள், அரசுக் கட்டிடங்கள், தியாகிகள் சிலைகள் இல்லாமல் எளிமையான கட்டிடங்கள் மட்டும் காணப்படும். இருவருமாக இலக்கியம் பேசி நேரம் போவது தெரியாமல் திருவல்லிக்கேணி நோக்கி நடந்து வருவார்கள் அங்கே ஒரு கடையில் காபி சாப்பிடுவதும் உண்டு. புதுமைப்பித்தன் காபி ரசிகர் மட்டுமல்ல. வெற்றிலை ரசிகரும் கூட. வெளியில் வந்து வெற்றிலைத் தாம்பளம் சாற்றின் சுவையூற உலக இலக்கியங்களை அவர்கள் பேசிக்கொண்டே எஸ்பிளனேடு பக்கம் நடந்து செல்வார்கள். கொஞ்சம் அதிக தூரம்தான். அதிலும் காலைக்காற்று ஒருசில நேரங்களில் புதுமைப்பித்தனுக்கு ஒத்துக் கொள்ளாது. இருவரும் மணிக்கொடி பத்திரிகை ஆபீஸை நோக்கி (ஆபீஸ் என்றால் ஒரு அறை) அங்கேதான் புதுமைப்பித்தனுக்கு - தங்கல், தூங்கல் எல்லாம். எல்லா வேளைகளிலும் அவர்களே பி.எஸ். ராமையா, கி.ரா. என்ற கி.ராமச்சந்திரன் ஆகியோருடன் சேர்ந்து உட்கார்ந்து மணிக்கொடி பைண்டிங் அல்லது ராப்பர் கட்டிங் ஆகிய வேலைகளில் ஈடுபடுவதும் உண்டு. காலணா காசு கொடுத்தால் ட்ராமில் வரலாம். அரையணா கொடுத்தால் திருவல்லிக்கேணியிலிருந்தே எஸ்பிளனேட்டுக்கு (ஹைகோர்ட்

பக்கம்) போகலாம் என்றாலும் ஒருவேளைக் காப்பிக்கு மிச்சமாக இருக்கட்டுமே என்று நடந்து செல்வார்கள் கிருஷ்ணய்யர் கடை காப்பி ஹைகோர்ட் எதிரே பிரசித்தம். மணிக்கொடி எழுத்தாளர்களில் அன்று யாரும் நிரந்தர சம்பளக்காரர்கள் இல்லை. ந.சிதம்பர சுப்ரமணியன் ஒருவர் மட்டும் நிரந்த வேலை பார்த்து வந்தார். இருக்கும் காசைப் பதுக்குவதில் சமர்த்தராக இருந்தவர் சி.சு. செல்லப்பா ஒருவர்தான். யார் காசு கேட்டாலும் இல்லையே என்று தைரியமாக கைவிரித்து விடுவார். ஆனால் க.நா.சு.வுக்கு மட்டும் விதிவிலக்கு. ரகசியமாக அரையணா காசை ஒதுக்கிக் காபிக்குத் தருவதும் உண்டு. பிற்காலத்தில் சந்திரோதயம் பத்திரிகையை க.நா.சு. ஆரம்பித்தபோது அதன் பொருளாளராகவும், நிர்வாகியாகவும், தயாரிப்பாளராகவும் விளங்கியவர் இதே செல்லப்பாதான் என்பதில் க.நா.சு.வுக்கும் சந்தோஷம் தான். எங்கிருந்தோ காசை மிச்சம்பிடித்து எப்படியோ பதுக்கி வைத்திருப்பார் செல்லப்பா. மணிக்கொடி ஆபீசில் அன்றைய தபால், மணியார்டருக்காக எழுத்தாளர்கள் காத்திருந்த காட்சி மணிக்கொடியில் பிரசித்தம். அவர்களோ காசு கிடைத்தால் எல்லோரும் சாப்பிடப் போவதுண்டு இல்லாவிட்டால் சபை பிரிந்து சிதறுண்டு போவதும் உண்டு. ஆனால் இலக்கியத்தரம் மட்டும் குறையாது நிறைவாகவே விளங்கும். க.நா.சு., புதுமைப் பித்தன் இருவரும் பேச ஆரம்பித்தால் வாய் ஓயாது உலக இலக்கியங்கள் பற்றிக் கனவுகண்டு பிதற்றியபடி இருப்பார்கள். மற்றவர்களுக்கு இது பிடிக்காமல் போவதற்குக் காரணமும் இருந்தது. கையில் காசு இருந்தால் க.நா.சு. தைரியமான செலவாளி என்பதும் எல்லோருக்கும் தெரிந்த விஷயமே! ஆயினும் செல்லப்பாவும் க.நா.சு. வும் கூடிக் குசுகுசுப்பதை அடிக்கடி சந்தேகத்துடன் பார்ப்பார்கள். தமிழிலக்கியத்தின் பொற்கனவுகளை நிர்மாணிக்க கிளம்பிய பல எழுத்தாளர்களின் நிலைமையும் இதுதான். க.நா.சு. மீது இலக்கிய ரசிகர்களையும் எழுத்தாளர்களையும் வருத்தம் கொள்ளச் செய்யும். இந்தவிஷயம் கடைசிக் காலம்வரை நீடித்தது. க.நா.சு. வோ வசதிகளை எப்போதும் குறுக்கிக் கொண்டது கிடையாது. ஏனென்றால் க.நா.சு. ஒருவர் தான் ஊரிலிருந்து பணம் வரவழைத்துக் கொண்டிருந்தவர். பிறகு அவருடைய ஸ்திதியும் மோசமாயிற்று. புதுமைப்பித்தனுக்கு அரையணா கிடைப்பதே அரியதாயிருந்தது. ஊருக்கு, மனைவிக்குக் கடிதம் எழுதுவதற்கு இருவருக்குமே பல நேரங்களில் காசு கிடைக்காது. ஆனால் அவர்கள் செக்ஸ் பற்றியும் வில்லியம் ஸரோயன் பற்றியும் ஆனந்தமாக இலக்கிய சர்ச்சை நடத்தியபடி, பட்டினிச் சுகத்தை ரசிப்பார்கள். தஞ்சாவூருக்கு வந்துவிடு மேய்யா! என்று புதுமைப்பித்தனை க.நா.சு. அழைப்பார். அதே போல் திருநெல்வேலிக்கு ஒருமுறை வந்து பார் என்று கனவு

களைக் கொட்டுவார் புதுமைப்பித்தன். புதுமைப்பித்தன் எது எழுதினாலும் அதை முதலில் க.நா.சு. கையில் கொடுத்து படித்துப் பார்க்கச் சொல்லுவது புதுமைப்பித்தனுக்கு ரொம்பப் பிடிக்கும். ஆனால் புதுமைப்பித்தன் எழுதி முடித்தவுடன் எதிரே க.நா.சு. இருக்க மாட்டாரே என்பதுதான் துரதிருஷ்டம். 'காஞ்சனை' என்ற கதையை எழுதியதும் அவர் நேரடியாக க.நா.சு.வைத் தேடி நடந்து வந்த அனுபவம் நான் கேள்விப் பட்டிருக்கிறேன். உண்மையில் அந்த 'காஞ்சனை' என்கிற கதை பலரை கலக்கியது. இன்றும் கூட கலக்குகிறது. ஆனால் அந்தக் கதை படித்தவுடனேயே ஆங்கில இலக்கியத்தின் கடைசிக் கொழுந்து என்று பாராட்டப் பட்ட ஜேம்ஸ்சாய்ஸின் இலக்கிய உத்தியில் அபாரமாக வந்திருக்கிறது என்று வானளாவப் புகழ்ந்தார் க.நா.சு. உடனே அதை மணிக்கொடியில் கொடுத்து வெளிவரச் செய்ய வேண்டும் என்று அவருக்கு ஆர்வம் அதிகம். ஆனால் அப்படியென்றால் என்ன? என்று அந்தக் கதையைப் பற்றிக் கேட்டவர்கள்தான் அதிகம். புதுமைப்பித்தன் விதவிதமான கனவுகளை கவிதைகளை நிர்மாணித்துக் கொண்டேயிருந்தார். மறுபுறம் க.நா.சு. ஊக்குவித்த படியே இருந்தார். க.நா.சு. நடைக்கும் புதுமைப்பித்தன் நடைக்கும் நிரம்ப வித்யாசம் இருந்தது. அமைதியாக அழுத்தமான பல பரிசோதனைகளை தமிழ்ச் சிறுகதையில் செய்துபார்த்த க.நா.சுக்கும் ஆரவாரமான தடாலடி வேகத்துடன் புதுப்புது உத்திகளின் மூலமாகக் கதைகளை வெளியிட்ட புதுமைப்பித்தனுக்கும் அடிப் படையில் ஆழ்ந்த வித்தியாசம் இருந்துவந்தது. க.நா.சு. வின் கதைகள் இன்றுவரை தமிழிலக்கியத்தில் நவீன முயற்சிகளை ஏற்றுக் கொண்ட ரசிகர்கள் மிகவும் குறைவு. சுத்தமாகப் பத்திரிகை எழுத்தை மறந்துவிட்டு இலக்கியமுயற்சி செய்ய வேண்டும் என்ற முயற்சியில் க.நா.சு. இருந்தார். எனவே, அவரது படைப்புகள், இலக்கியப் பத்திரிகைகளிலும் வெகுஜன ஏடுகளிலும் ஒருவிதத் துரிதத் தன்மையற்ற கதைகளாகவே இன்றும் இருந்து வருவது கண்கூடு. ரசனை அடிப்படையில் க.நா.சு.வும், புதுமைப்பித்தனும் நுண்மையான ஈடுபாட்டாளர்கள் என்பதில் சந்தேகமில்லை. அந்தக்காலத்தில் தேங்காய்ப்பூ துவாலை என்கிற டர்க்கி டவல் இந்தியாவில் தயாரிப்பு கிடையாது. வசதி குறைவான இருவரும் துருக்கித் துவாலைக்காக மிகச் சிரமப்பட்டு சொல்லிவைத்து வாங்குவார்கள். லினோலியா சோப், விதவிதமான வெளிநாட்டு சாமான்களில் புதுமைப்பித்தனுக்கு ப்ரீதி அதிகம். திருவல்லிகேணிக் கடற்கரையோரமாக கடலைப் பார்த்தபடி ஒரு கனவு நிறைந்த சிறிய வீட்டில் வாழ்க்கை நடத்தப் போராடிக் கொண்டிருந்தார். மனைவியை ஊரிலிருந்து அழைத்து வந்து அந்த சாதாரண ஆசையைக்கூட அவரால் நிறைவேற்றிக் கொள்ள முடியவில்லை. தமிழிலக்கியத்தின் பொற்கனவுகளை நிர்மாணிக்க வந்த இரண்டு

பேரின் சோகக் கதை இது. புதுமைப்பித்தனுக்கு திருநெல்வேலி மண் மீது எவ்வளவு ஆசை இருந்து வந்ததோ அதைப் போலவே தஞ்சாவூர்க் கனவுகளை தலைநிறைய குவித்து வைத்திருந்தார் க.நா.சு. இதெல்லாம் உனக்கெப்படித் தெரியும்? நேரில் நீ பார்த்தாயா? பார்த்த மாதிரி பேசுகிறாயே என்று கேட்கும் பலத்த இலக்கிய ஞானிகள் நம்மிடையே உண்டு. ஐயோ! பாவம் என்று அவர்களுக்காக இரங்குவதைத் தவிர வேறு வழியில்லை. வ.ரா. என்கிற திருப்பழனம் வ.ராமசாமி ஐயங்கார் ஒருமுறை கேலியாகக்கூடக் குறிப்பிட்டதுண்டு. ‘அவன் எழுதி இருக்கிறான். இவன் எழுதியிருக்கிறான் என்பதெல்லாம் இருக்கட்டும் நீங்கள் எழுதுங்கள். கனவுகளைக் கரைத்துவிட்டு பின்னால் ஏங்காதீர்கள்’. க.நா.சு. ஆகட்டும் சரி, புதுமைப்பித்தனாகட்டும் சரி இருவரையும் சென்னைக்கு சிவமாக்க வரவழைத்தவரே வ.ரா.தான். என்றாலும் வ.ரா.வாலும் அங்கு நிற்கமுடியவில்லை. வ.ரா. இறந்தபின்னர் நான் அவர் வீட்டில் ஒரு அதிசயம் பார்த்தேன். வ.ரா.வின் மைத்துனர் நாராயணன் என்கிற தொழில் இல்லாத போட்டோ கிராபரிடம் ஒரு சிறந்த கேமரா இருந்தது. பாவம், அதை வைத்துக்கொண்டு அவர் என்ன செய்வார்? வ.ரா. வீட்டிற்கோ புதுமைப்பித்தனில் தொடங்கி எல்லா மறுமலர்ச்சி எழுத்தாளர் களும் அவர்தம் மனைவிகளும், குழந்தைகளும் வந்துகொண்டே இருப்பார்கள். வறுமை அவர்களுக்கு ஒரு பிரச்னையாகவோ பயமுறுத்தும் ஒரு எல்லையாகவோ என்றுமே இருந்ததில்லை. ஆனால் வருகிற எல்லோரையும் பெரிசு பெரிசாகப் படமெடுப்பதில் நாராயணன் பின்வாங்கியதே இல்லை. வ.ரா.வின் வீட்டுக்குள் நுழைந்தபோது நான் பிரமித்துப் போனேன். 10 அடி நீளம் 3 அடி அகலம் அளவில் கம்பீரமாக வ.ரா. பல பகுதிகளிலிருந்து நம்மைப் பார்த்துக் கொண்டிருப்பார். இதைப் போலவே மறுமலர்ச்சி எழுத்தாளர்கள் பிச்சமூர்த்தி, கு.ப.ராஜகோபாலன், கி.ராமச்சந்திரன், வ.ரா....., புதுமைப்பித்தன் போன்ற பலரின் கிடைத்தற்கரிய புகைப்படங்கள் - இவர்கள் அனைவரும் சேர்ந்து உட்கார்ந்திருக்கும் குரூப் படங்கள், விநோதமான போஸ்களில் அமைந்த படங்கள் பலவும், தேசத்தலைவர்கள் படங்கள் பலவும். வ.ரா.வின் மைத்துனரிடம் இன்றும் உள்ளது. மறுமலர்ச்சி எழுத்தாளர்களின் மனைவிகளின் ஏராளமான படங்களும் உள்ளது. க.நா.சு.வின் படம் ஒன்றைத் தவிர ஏனென்றால் க.நா.சு. அவைகளை அவ்வப்போது வாங்கி வைத்துவிட்டார். இவற்றை யெல்லாம் இவ்வளவு விரிவாக இங்கே ஏன் சொல்ல வேண்டும் என்று இலக்கிய ரசிகனுக்குத் தோன்றலாம். சனாதானிகளாலும் சாதிவெறியர்களாலும் பிற்போக்காளர்களாலும் இலக்கிய ரசனை என்ற பெயரில் இந்த விஷயங்கள் மிகத் தவறாக மதிப்பிடப்

படுகின்றன. க.நா.சு. ஒரே நேரத்தில் மூன்று காபி குடிப்பார். ஏழு ஸ்வீட்சாப்பிடுவார். வேலை செய்யமாட்டார், குடும்பத்தைக் காப்பாற்ற மாட்டார், சம்பாதிக்க மாட்டார், அமெரிக்க ஏகாதிபத்திய அடிவருடி என்றெல்லாம் உலகம் உய்ய உழைத்துடலம் வியர்த்துருகி ஊருக்கு வாரி வழங்கும் இலக்கிய ஞானிகள், அரசியல் ஞானிகள் பலர் நீண்ட காலமாகக் கருதி வருகிறார்கள். தமிழில் மட்டுமே இது சாத்தியம். இந்த ஊருக்கு நல்லது சொல்லும் ஆய்வாளர்கள் தங்கள் பையிலிருந்து ஒரு காலணா காசைக் கூட அவிழ்க்க மாட்டார்கள். அத்தகைய வள்ளல் பெருமக்கள் இன்றைக்கு மறுமலர்ச்சி இலக்கியம் என்ற 50 வருட வரலாற்றை எழுதும் யாருக்கும், நவீனத்தமிழ் பற்றி எழுதப்புகும் ஆய்வாளருக்கும் வ.ரா. வீட்டிலுள்ள புகைப்படங்கள் இன்னும் 150 ஆண்டுகளுக்கு உபயோகமாக இருக்கும் என்பதற்காகத்தான் குறித்து வைக்கிறேன். ஆம், மூன்றாந்தர அரசியல்வாதி பொறுக்கி ஒருவனின் படத்தை நாடெங்கும் காண நேரும்போது ஏற்படும் வயிற்றெரிச்சல்தான் இதற்குக் காரணம். க.நா.சு.வும் புதுமைப் பித்தனும் மிக நெருங்கிய நண்பர்களாக இருந்ததை சொல்லக் கூட எழுத்தாளர்கள் முன்வரவில்லை. வ.ரா.வின் வாழ்வை இருட்டடிப்பு செய்து வ.ரா.வை ஒழிக்க முயன்றார்கள். வ.ரா. வைப் பற்றிய எந்த விபரங்களும் இன்று ஒரு மிதாவதியின் கதையாகவே கிடைக்கிறது. ஆனால் வ.ரா. ஒரு சமுதாயத்தின் காலக்குறி; கலங்கரை விளக்கம். அதையும்கூட பொறாமை, பொச்சரிப்பு போன்ற புகை மூட்டத்தால் மறைத்து அவரது எல்லாத் தொண்டுகளையும் இலக்கியங்களையும் சாதனைகளையும் தமிழகத்திற்கே தெரியாத அளவுக்கு போகச் செய்து தமிழுக்கே உரித்தான சாதனையாகவே நின்று நிலவுகிறது. அரசியல், சமுதாயம், மேடை, திரைப்படம், விமரிசனம், நாவல், சிறுகதை, கட்டுரை, நடைச்சித்திரம், கவிதை, விமரிசனம், நாட்டியம், நாடகம், பொதுவாழ்வு, சீர்திருத்தம், சாதி ஒழிப்பு, காங்கிரஸ் என எண்ணிறந்த துறைகளில் அழுத்தமான பிரமுகராக தன்னை இனங்காட்டி தனக்கென தனிப்பாதை வகுத்து தமிழகத்தை மாற்றிய சிற்பிகளில் ஒருவரான திருப்பழனம் வ.ரா. என்கிற வராமசாமி ஐயங்காருக்கே இந்த இருட்டடிப்பு நேர்ந்ததென்றால், வெறும் இலக்கியத்தையும், விமரிசனத்தையும் மட்டும் துணை கொண்டு நின்ற புதுமைப்பித்தனும், க.நா.சு.வும் எவ்வளவு மோசமாக சனாதனிகளாலும், பிற்போக்கு நண்பர்களாலும் மண்மூடப் பட்டார்கள் என்பது சாதாரண விஷயம். எனவே, க.நா.சு., புதுமைப்பித்தன் ஆகிய இரண்டு பேர்களில் தமிழிலக்கியத்தில் புதுமைப்பித்தனின் பெயர் ஓங்கி ஒலித்ததற்கும் க.நா.சு.வின் பெயர் மங்கி ஒலித்ததற்கும் காரணம் க.நா.சு. தீவிரமான வரா.வின் சீடராக, விமரிசகராக தன்னை நிலைநிறுத்திக் கொண்டதுதான்.

சொல்லப்போனால் புதுமைப்பித்தனை விடவும் அதிகமான சிறுகதைகள் க.நா.சு. எழுதியிருந்தும், நான்கு சிறுகதைத் தொகுதிகளே வெளிவந்துள்ளன. அதற்கும் அடிப்படையான காரணம் யாதெனில் க.நா.சு. தன் படைப்புகள் வெளிவருவதில் அவ்வளவு வேகம் காட்டுவதில்லை. தவிரவும் 1940-45 வாக்கில் க.நா.சு. பிராபல்யமும் அடையவில்லை. மணிக்கொடியில் அவர் எழுதியது கொஞ்சம்தான். 1930 லிருந்து 1988 வரை ஒரு இலக்கியப் படைப்பைப் பற்றி ஒரு தீர்மானமான கருத்தை காரணகாரியத்துடன் விமர்சின நோக்கில் எழுதுபவர்கள் தமிழ் இலக்கிய உலகில் இல்லை. யார் முதுகையாவது யாராவது சொறிந்துவிட்டு, தடவிக் கொடுக்கிற மனப்பான்மை, குழுமனப்பான்மை, ஜாதி மனப்பான்மை, இன மனப்பான்மை இந்த அடிப்படையில்தான் அபிப்பிராயங்கள் வெளிவரும். விமரிசனக் கட்டுரைகளை வெளியிடும் பத்திரிகைகள் அன்றிலிருந்து இன்றுவரை தமிழில் வெகுகுறைவு. சி.சு. செல்லப்பா, க.நா.சு. இருவரும் விமரிசனத்துக் கென்றே பத்திரிகை நடத்த முயன்று அபிப்ராயத்துக்குத்தான் பத்திரிகைகள் நடத்த முடிந்தது. சரஸ்வதி, சமரன், தாமரை, ஜீவா போன்ற இதழ்கள் சோஷலிச எதார்த்தவாத, கம்யூனிச விமரிசனங்களை கட்டுரை வடிவில் தொடர்ந்து கொடுக்க முடியாத அளவில் மனச்சாய்வு, கட்சிக்காரர்களுக்கான இரக்கம், ஆகியவை காரணமாக ஒருவரையொருவர் தட்டிக்கொடுத்துக் கொள்வதான் அபிப்ராயக் கட்டுரைகளாக வெளிவந்தன. இந்த நிலையில் யாரும் அபிப்ராயம் சொல்லி தங்கள் பெயரை தாங்களே கொடுத்துக்கொள்ள விரும்பாத நிலை அன்றிலிருந்து இன்றுவரை நீண்டுவருகிறது. 30 ஆண்டுகளுக்குப் பிற்பாடும் விமரிசனம் என்பது ஒரு சார்பு இல்லாமல் தற்சார்பு நோக்கில் கருத்துக்களை விஞ்ஞான அடிப்படையில் சொல்லப்படுவது என்பது ஓரளவுக்கேனும் சரியாக இயல்வது அரசியல் சார்பான பத்திரிகைகளில் மட்டும்தான் என்பது வருத்தத்துடன் நினைவு கூர வேண்டியுள்ளது. இந்தப் பிரக்ஞை ஓரளவுக்கேனும் தமிழில் ஆறுதலடைந்திருப்பது க.நா.சு. என்கிற மகத்தான எழுத்துத் திறனால்தான் என்பதை யாரும் மறக்க முடியாது. ரொம்பப் பேருக்கு பழைய தமிழிலோ விமரிசனம் இல்லை என்பது புரியவே புரியாது. நக்கீரன் சிவபெருமான், நெற்றிக்கண் ஆகியவை களெல்லாம் சொல்லி குற்றம் குற்றமே என்று வாதாடியதாக புருடா விடுவதில் தமிழர்களுக்கு இணை தமிழர்களே! ‘கொங்குதேர் வாழ்க்கை அஞ்சிறைத்தும்பி’... எனத் தொடங்கும் குறுந்-தொகையின் முதல் பாடல் தமிழர்களின் விமரிசன ஈனத்திற்கும், அவர்களது நடுநிலைமையற்ற பொய்மைக்கும் சான்றாக விளங்குகிற தேயன்றி, தமிழர்களின் விமரிசனம், அதன் அடிப்படை

ஆகியவைகள் பற்றி இவர்களுக்கு ஒன்றுமே தெரியவில்லை என்பதைத்தான் காட்டுகிறது. எனவே இந்திய மொழி இலக்கியங் களில் எம்மொழியிலும் 20-ம் நூற்றாண்டின் தொடக்கம் வரை விமரிசன இலக்கியம் என்பது உரிய கோட்பாடுகளுடனும் நேர்மைத் திறத்துடனும் தோன்றவில்லை. ஆனால் தமிழ் மொழியில் வ.வே.சு. ஐயர் என்ற அற்புதமான கலைஞன் மூலமாக தமிழ் விமரிசனத்தின் ஆரம்பப்பகுதி பாரதி பாடல்களுக்கு அவர் எழுதிய கட்டுரைகளிலிருந்தும், கம்பராமாயணம் திறன் ஆய்வு நோக்கில் அவர் எழுதிய 'கம்பராமாயண குறிப்புகள்' போன்ற விஷயங்களிலிருந்தும் தான் ஒப்பியல் விமரிசனம் துவங்குகிறது என்பதை நினைவுகூர வேண்டும். அபிப்ராயங்கள் விமரிசனமாகாது என்கிற சாதாரண உண்மையை இந்திய மொழிகளில் புரிந்து கொள்ள வெகுகாலம் ஆயிற்று. பழைய சமஸ்க்ருத இலக்கியங் களிலும் கோட்பாடுகளிலும் இலக்கண விதி வரையறைகளிலும் மனம் ஈடுபட்ட இந்தியப் பெரும் புலவர்கள் அவற்றை விமரிசனம் என்று தவறாகக் கருதினார்கள். எனவே, பிற இந்திய மொழி களிலும் 19-ம் நூற்றாண்டு இறுதிவரை விமரிசன இலக்கிய கோட்பாடுகள் உரிய முறையில் அந்தந்த மொழிகளில் சரிவர செயல் படுத்தப்படவில்லை. இந்தத் தேவைகளை உணர்த்தும் விமரிசன இலக்கிய ஆரம்பத் துணிச்சல்களை தொடங்கி வைத்தவர்களில் புதுமைப்பித்தன் முக்கியமானவர். இவரைத் தொடர்ந்து நவீன இலக்கியத் தேவைகளை உணர்ந்து க.நா. சுப்ரமண்யம், ராஜாஜி, ரஸிகமணி டி.கே. சிதம்பரநாத முதலியார், தொ.மு.சி. ரகுநாதன் போன்றோர்கள் இதன் ஆரம்பச்சங்கை ஊதி வைத்தார்கள்.

அத்தியாயம் - 7

க.நா.சு. வும் நானும்

1951 ஒரு மழைக்கால மதியவேளை. மன்னார்குடி தெருக்களில் மழை நன்றாகவே பெய்து கொண்டிருக்கிறது. அப்பொழு தெல்லாம் மன்னார்குடியில் தார்ரோடுகள் போடப்படாத நேரம். என் தந்தையாரைத் தேடி, ஒரு தாழங்குடையில் புகுந்து கொண்டு மன்னார்குடி மூன்றாந்தெருவின் கடைசியில் பின்ட்லே ஹைஸ்கூல் வாத்யாராக இருந்த விஸ்வநாதன் வீட்டைத் தேடி மழையில் விளையாடிக் கொண்டு போய்க் கொண்டிருக்கிறேன். விஸ்வநாதன் அற்புதமான கலைஞர். பள்ளிக்கூடத்தில் நடக்கும் நாடகங்கள் எல்லாவற்றையும் தயாரிக்கிற மாயமந்திர மனிதர். மதிய சாப்பாட்டுக்கு என் தந்தையார் வராததால் அங்குதான் இருப்பார் போய் அழைத்து வா! என்று என தாயாரால் விரட்டப்பட்டேன் நான். அகலமான திண்ணையும், நீளமான ரேழியும், நீண்ட அக்ரஹாரத்து அங்கணமும் உள்ள வீடு அது. நான் நன்றாக மழையில் நனைந்திருந்தேன். திண்ணையில் யாருமில்லாததால் ரேழியில் நிறுத்தப்பட்டிருந்த பல சைக்கிள் களுக்கிடையில் புகுந்து உள்ளே சென்றேன். நடுவில் பெரிய முற்றம். முற்றத்தைச் சுற்றிலும் விசாலமான அங்கணங்கள் உள்ள இரண்டு சுற்றுக்கட்டு வீடு. ஒரு அங்கணத்தின் ஓரம் மேடை போல் அலங்கரிக்கப்பட்டிருந்தது. ஒருபுறம் தகரக்கடை வேலுப் பிள்ளை ஆர்மோனியம். அவர் எதிரே பைண்டிங் வாத்யார் சாமப்பிள்ளை தபலா, மிருதங்கம், டோலக் மூன்றையும் சுற்றிலும் வைத்துக் கொண்டு தேவைக்கேற்ப மாற்றி மாற்றி வாசித்துக் கொண்டிருந்தார். கார்த்தியாயினியும் எங்கள் வகுப்பு ஹேமாவும், வக்கீலய்யர் பொண்ணு வசந்தாவும், வெங்கட்ராகவனும் பாடிக் கொண்டிருக்க மேடையில் பக்த ராம்தாஸ் நாடகம் களைகட்டிக் கொண்டிருந்தது. இன்றைக்கு ஏறத்தாழ 40 ஆண்டுகள் கழிந்த பின்னரும் அந்த இனிமையான காட்சியும், அற்புதமான குரல் வளமும், அபூர்வமான மனங்களும் கொண்ட அற்புதமான கலைநயம் மிகப் பெற்ற பெண்களும், நாடகம் ஒன்றைத் தவிர வேறெதிலும் கவனம் செலுத்தாத எப்போதும் வெற்றிலை போடுவதை ஒரு உற்சாகமாகக் கொண்டாடி வந்த விசு சார்

டைரக்ஷனையும் இப்போதும் கண்ணில் நீர் மல்காமல் நினைத்துப் பார்க்க என்னால் முடியவில்லை. விசு சாரை இந்த மன்னார் குடியில் எல்லோருக்கும் தெரியும் மாபெரும் கலைஞன் என்று. அவர் செய்த அற்புதங்கள் இன்றும் அங்கே பார்வையாளராக வீற்றிருந்த சதஸ் (அடியார்கள்) எல்லோரும் மிகப்பெரும் மேதைகள் என்பதை அதற்கும் பின்னால் 25 ஆண்டுகளுக்குப் பின்னரே புரிந்து கொண்டேன்.

என்னுடைய சமஸ்கிருத ஆசிரியர் சீனிவாசராகவன் தந்தை சக்கரவர்த்தி ராஜகோபாலய்யங்கார் பிற்காலத்தில் புகழ்பெற்ற நாவலாசிரியர் தி. ஜானகிராமன், ராஜாமடம் கட வித்வான் சுப்ரமண்ய ஐயர், மோர்சிங் வாசித்த கிட்டான் புகழ்பெற்ற பிற்கால பிரமுகரான கரிச்சான்குஞ்சு என்றழைக்கப்பட்ட நாராயணசாமி ஐயர், ஆச்சர்யமான குரல்வளம் கொண்ட எங்கள் எலிமெண்டரி ஸ்கூல் வாத்தியார் டேவிட் சகாயம் பைண்டிங் கிராப்ட் வாத்யார் ராஜகோபால்சாமி, ஹிந்தி பண்டிட் நரசிம்மராகவன் - இவர்களுக்கு மத்தியில் அன்று விருந்தினராக அங்கு வந்திருந்த கே.என்.எஸ். என்று அழைக்கப் பட்ட க.நா.சுப்ரமண்யம் ஆகியோர் கரவொலி எழுப்பி ஆஹா, ஆஹா என்று பாராட்ட, நாடகமா அது? காட்சி மாற்றங்களும், வேகமும், துணிச்சலும், ஆச்சர்யமான கலைத்திறமையும் கொண்ட விசுவின் டைரக்ஷனில் நடந்த அந்த ஓத்திகை அவ்வளவு அபாரமாக இருந்தது. தடித்த பிரேம் போட்ட கண்ணாடி அணிந்த க.நா.சு. என்கிற அந்த மனிதரைப் பற்றி அன்றைக்கு எதுவும் எனக்குத் தெரியாது. அப்பாவை அழைக்க வந்த நான் வாயில் ஈ புகுந்தது தெரியாமல் 4 மணி வரை வெளியே மழை கொட்டக் கொட்ட உள்ளே நாடகம் நடக்க எந்தத் தடையு மில்லை. முற்றத்தில் பூத்திருந்த முல்லை, இருவாட்சி பூக்களில் மழை கலந்த மணம் வேறு சுகந்தத்தை அள்ளி இறைத்துக் கொண்டிருந்தது ஒரு மேடை நாடகத்தின் சகல அம்சங்களும் கொண்ட அந்த அற்புதம் இன்றும் எனக்கு அதிசயமாகவே உள்ளது. தானிஷாவாக நடித்த என் ஹிந்தி வாத்தியார் அப்படியே ஒரு முசல்மானாக மாறியிருந்தார். இடையிடையே சிகரெட் ஊதிக் கொண்டிருந்த மோர்சிங் கிட்டானும் டோலக்கில் விந்தைகள் செய்து காட்டிய வாத்யாரும் என்னால் இன்றைக்கும் மறக்க முடியாமல் நெஞ்சில் பதிந்துவிட்டார்கள். அங்கு வந்திருந்த பெரிய மனிதர் மட்டும் என்னை கூர்ந்து கவனித்தார். அவர் கண்களையே காணோம். சோடாப்புட்டியை உடைத்து அதனடிப் பாகத்தில் கண்ணாடி செய்திருந்தார்கள். அந்த கண்களுக்குள் இருந்த ஆர்வம் எப்படியோ என்னைத் தொற்றிக் கொண்டது. இவன்தான் என்னுடைய சீடன் ப்ரகாஷ் என்று அந்த சோடா

பாட்டிலுக்கு அறிமும் செய்து வைத்தார் விசு. என் தகப்பனாரோ 'இங்கே ஏண்டா வந்தே?' என்கிற பாணியில் முறைத்தார். க.நா.சு. என்னைப் பக்கத்தில் அழைத்து உட்கார வைத்துக் கொண்டார். இவ்வளவு விஸ்தாரமாக இந்தக் காட்சியை சொல்லுவதில் உங்களுக்கு அசுவராசியம் இருக்காலம். ஆனால் எனக்கு இன்றும் பெருமாள்கோயில் சன்னதியில் நிற்பது போல் இருக்கிறது. ஆஹா! எப்பேர்பட்ட மனிதர்கள். அவர்களைப் பற்றிச் சொல்ல வேண்டுமென்றால் தனித்தனிப் புத்தகமே எழுதலாம். ஏழு மணிக்கு நாடக ஒத்திகை முடிந்தது. இரவு 10 மணிக்கு மன்னார்குடி பந்தலடி மேடையில் வெண்ணைத்தாழி மண்டபத்துக்கெதிரே 'பக்தராமதாஸ்' நாடகம் ஏராளமான கூட்டம். ஜனங்களுடைய கரகோஷத்திற்கு அளவே இல்லை. பக்த ராமதாஸ் நாடகம் என்பதே ஏகப்பட்ட சீன் செட்டிங்குகளுடன் நிஜமான மலர் அலங்காரங்களுடன் பூங்கொத்து பழக்குலைகளுடன் நடத்தப்படும் அலங்காரமான நாடகம். பெரும் மேடை நாடகக் கலைஞர் களான நவாப் ராஜமாணிக்கம் பிள்ளை போன்றவர்களால் மட்டுமே அத்தனை அலங்காரங்களுடன் நடத்த முடியும். ஆனால், விசு என்கிற பள்ளிக்கூட வாத்தியார் அனாயாசமாக அதை பள்ளியிலும் வெளியிலும் தெருவிலுமாக 5 நாட்களுக்கு ஊரையே புகழால் கலங்கடித்தார். அன்றிரவு க.நா.சு. என்கிற அந்த விநோத மனிதர் எங்கள் வீட்டில்தான் தங்கினார். மிகப் பெரிய திண்ணையுடன் கூடிய விசாலமான வீடு எங்களுடையது. என் தகப்பனார் ஒரு இலக்கியப் பைத்தியம். வீட்டில் தலை-வாசலிலேயே 'லைசியம்' என்ற பேரெழுதியிருப்பார். சாக்ரடீஸ், பிளேட்டோ, அரிஸ்டாடில் ஆகியோர் புழங்கிய அகடமிதான் லைசியம் என்பது. எதிரே பின்ட்லே ஹைஸ்கூல். பள்ளிக்கூட நேரம் போக பிற நேரங்களிலெல்லாம் பள்ளி ஆசிரியர்கள் அறிவுதாகம் கொண்ட கலை மாணவர்கள் நாடக ஈடுபாடு கொண்ட சங்கீதம் தெரிந்த பெண்கள், ஆசிரியைகள் எல்லோரும் குழுமும் இடம் அதுதான். ஒரு கிரவுண்டு மாதிரி அளவில் நீலநிற ரத்னக் கம்பளம் விரித்த திண்ணையில் யாராவது எப்போதும் ஆடிக்கொண்டும் பாடிக் கொண்டும் நடித்துக் கொண்டும் புதிய நடனத்தைப் பயின்று கொண்டும் இருப்பார்கள். விரித்த ஜமுக்-காளத்தில் எப்போதும் இரண்டு வெள்ளிக் கூஜாவில் குளிர்ந்த நீர், அஞ்சறைப் பெட்டி சைசில் பிரமாண்டமான வெற்றிலை பாக்கு செல்வம், ஒரு தாம்பாளத்தில் கவுளி கவுளியாக வெற்றிலை, இன்னொரு சின்ன வெள்ளி டப்பாவும், கிராம்பு, ஏலக்காய், கத்தக்காம்பு. வால்மிளகு, கல்கண்டுத் தூள்கள் கலந்த கலவைப் பொடி. அந்தடப்பாவின் பின்புறம் மூடி ஒன்று இருக்கும். அதைத் திறந்தால் வாசனை சுண்ணாம்பு. இந்த வசதிகளோடு பகலிரவாக விளக்குகள் எரிந்து கொண்டேயிருக்கும். இங்குதான் முதன்

முதலாக க.நா.சு.வின் பேச்சை நான் கேட்டேன். எல்லோரிடமும் அமைதியாக ஆனால் அழுத்தமாக தன் கருத்துக்களைச் சொல்லிக் கொண்டிருந்தார் க.நா.சு. ராகம் பற்றி தனக்கொன்றும் தெரியா தென்றும் சொன்னார். ராகத்தை ரசிக்க ராகத்தைப் பற்றித் தெரிய வேண்டிய அவசியம் இல்லை என்று விசு மறுத்தது அழகாக இருந்தது. உலக இலக்கியம் பற்றி எல்லாம் அவர்கள் எதை நம்பிப் பேசிக் கொண்டிருந்தார்கள்? என்ன பிரபல்யத்தை எதிர்பார்த்துப் படித்தார்கள்? என்ன எதிர்பார்ப்புடன் அவர்கள் அபிப்ராயங்களை உருவாக்கினார்கள்? என்றெல்லாம் க.நா.சு. அவர்களிடம் கேட்டபோது, ‘ஏதேது இந்த மனிதன் லேசுப்பட்ட மனிதர் இல்லை போலிருக்கிறதே!’ என்று ஒன்றுமே தெரியாத எனக்கே அன்று தோன்றியது. நான் எப்போது தூங்கிப் போனேன் என்று எனக்கே தெரியாது. விடிந்து வெகுநேரமாகியிருந்தது. அப்போதும் இலக்கிய சர்ச்சை நடந்து கொண்டிருந்தது. வாத்யக்காரர்களும் நடிகர்களும் ஒரு ஓரமாக அதே ஜமுக்-காளத்தில் தூங்கிக் கொண்டிருந்தார்கள். ரத்தத்தில் திமிரும் திணவும் உள்ளவர்கள் அப்போதும் உட்கார்ந்து பேசிக் கொண்-டிருந்தார்கள். விசு என்கிற அந்த டைரக்டர் வாய்நிறைய வெற்றிலையோடும் பன்னீர் புகையிலையோடும் ஒரு மூலையில் உருண்டு கிடந்தார். என் அம்மாவும் குடும்பப் பெண்களும் அவசர அவசரமாக இட்லிக்குச் சட்னி அரைக்கும் பச்சை மிளகாய் வாசனை மேலெழும். கடுகு, உளுத்தம்பருப்பு தாளித மணம் மேலோங்க காட்சி உருமாறிக் கொண்டிருந்தது. சற்று நேரத்திற்கெல்லாம் அனல் பறக்கும் இட்லிகளுடன் சட்னி, சம்பார், கொத்ஸ் முதலிய ரஸ வின்னியாசங்களோடு உணவு காலையைக் கடந்தது. சாதி மத பேதமற்ற கலைஞர்கள் மத்தியில் க.நா.சு. உடகார்ந்து சாப்பிட்டார். இன்னொரு முறை நெய் வாங்கிக் கொண்டார். அப்போதுதான் க.நா.சு. சொன்னார். ‘யுவர் சன் ஹேஸ் எ கீன் இன்ட்ரஸ்ட் இன் எவரிதிங் ஐ திங்க்.’ உள்ளேயிருந்து என் அம்மாவின் குரல் கிடைத்தது. அவன் கிடக்குறான். மண்டுப்பயல், இன்னொரு நெய்தோசை வார்க்கவா? வேண்டாம்மா, போதும், நீங்க சாப்பிடலியா? என்று கேட்டார் க.நா.சு. அப்படி ஒரு காலம் அப்படிச் சில மனிதர்கள், அப்படிப் பல எண்ணங்கள், அப்படிப் பல நம்பிக்கைகள், அப்படிப் பல ரசனைச் சுகங்கள். கல்வித்தோட்டங்கள் இருந்ததை இப்போது நான் எண்ணிப் பார்த்தாலும் இப்போதும் என்னால் நம்பமுடிய வில்லை. எழுத்தாளர்கள், கவிஞர்கள், இலக்கியாசிரியர்கள், இவர்களுக்கு மத்தியில் வறுமையும் எங்களைச் சூழ்ந்திருந்தது என்று சொன்னால் நம்ப முடிகிறதா? 72 குளங்களும், பாமணி ஆறும் சுற்றிலும் செண்பகத் தோட்டங்களும், பசுமை சூழ்ந்த

வயல்களும், வெண்ணை, நெய், குறையாத ராஜகோபாலசாமி கோயிலும், புஷ்கரணியும், கோபிரளயமும் ஆக செழுமை சூழ்ந்த அன்றைய மன்னார்குடி இன்று போலவே வறுமை யாகத்தான் இருந்தது. ஆனால் மனிதர்கள் உள்ளம் வறுமை சூழ்ந்திருக்கவில்லை என்று மட்டும் மிகத் தெளிவாக இன்றும் சொல்ல முடிகிறது. பக்கத்துக் கிராமமான தேவன்குடியிலிருந்து தி. ஜானகிராமன் நடந்தே வருவார். ராஜப்பையன் சாவடியில் இருந்து மோர்சிங் கிட்டான் பின் இரவு நேரங்களில் கவலைப் படாமல் வந்துவிடுவார். ஒன்றுக்கொண்று சம்பந்தமில்லாத கலைஞர்கள் ஒன்றாகச் சேர்ந்தமர்ந்து சாப்பிட்ட காட்சி யெல்லாம் இப்போது நடக்குமா, என்று ஒருமுறை என்னை க.நா.சு. கேட்டார். அதற்குப் பின்னர் நீண்ட இடைவெளியில் தஞ்சையில் 2 முறை க.நா.சு. வை சந்தித்ததுண்டு. அப்போதும் அவர் சாதாரண மனிதராகத்தான் இருந்தார். டெல்லிக்குப் போய் பலவருடம் வாழ்ந்த பிறகு, எனக்கு! நான் டெல்லியை விட்டு தஞ்சாவூருக்கே வந்து விடலாமென்றிருக்கிறேன். இப்போது ஓரளவு வசதியாகவும் இருக்கிறேன். தஞ்சாவூரில் வந்து வெண்ணாற்றங்கரையில் ஒரு 4 ஏக்கரா நிலம் வாங்கிக் கொண்டு ஒரு சிறிய வீடும் கட்டிக் கொண்டு அக்ரஹாரம் ஓரமாய் வாழவேண்டுமென்று ஆவலாயிருக்கிறது. என் மகள் ஜம்னாவும் பேத்தியும் மாப்பிள்ளையும் டெல்லிவாசிகளாகி விட்டார்கள். அவர்கள் வரமாட்டார்கள். நான் மீண்டும் தஞ்சாவூர்க்காரனாக ஆக வேண்டும். நீங்கள் பாக்யசாலி. என்னதான் படித்தாலும் கிழித்தாலும் சொந்த ஊர் மண்ணையும், புழுதியையும் விட்டு எங்கும் வராமல் அங்கேயே அந்த மண்ணுக்கே உரமாகி விட்டீர்கள். எனக்கு நிலமும் நீச்சும் வாங்கித்தர முடியுமா? என்று தனது 75வது வயதில் கேட்டார். என் கண்களில் இப்போதும் நீரை வரவழைக்கிறது. இந்த மண்ணின் மீதுதான் அவர்களுக்கு எத்தனை காதல்? சற்றேக்குறைய இதே மாதிரி அர்த்தம் தொனிக்கும் இன்னொரு கடிதமும் தி. ஜானகிராமனிடமிருந்தும் எனக்குக் கிடைத்திருக்கிறது என்றால் இம்மனிதர்களை எப்படி எடை போடுவது? என்று தெரியவில்லை. எனது 12வது வயதில் க.நா.சு. வையும், தி. ஜானகிராமனையும் சந்தித்தேன். சாகும்வரை அவர்களது நம்பிக்கைக்குப் பாத்திரமான ரசிகனாக இருந்தேன். அவர்களது அற்புதமான கலைத் திறமையை, ஆக்ரோஷமான வெளியீட்டுத் தன்மையையும் எப்போதும் அவர்களது ஆழ்ந்த முயற்சியையும் என்னால் மறக்கவே முடியாது என்பதொன்றே அவர்களிடமிருந்து நான் பெற்றுக் கொண்ட செல்வம். க.நா.சுப்ர மண்யம் அவர்கள் லேசில் எதையும் ஒப்புக் கொள்ளாதவர். அவர் எழுத்தில் கவர்ச்சியைவிட அலட்சிய மிகுதியே காணப்படும். வாழ்க்கையை அவர் நேசித்த அளவுக்கு எழுத்தை நேசித்தார்

என்று சொல்லமுடியாது. எழுதுவதில் அவருக்கிருந்த ஈடுபாடு அதை அச்சில் காண்பதில் இருந்ததில்லை. ஏராளமாக எழுதி ஏராளமாகவே கிழித்தெறிந்தார். அவரிடமிருந்து நிறைய எழுத்தாளர்கள் படித்துவிட்டு தருவதாக வாங்கிச் சென்ற எழுத்தோவியங்கள் பலவற்றைத் திருப்பித்தரவே இல்லை என்பது எனக்கு மட்டுமே தெரிந்த ரகஸ்யம். அவர் எழுதிய எழுத்துக்கள் ஒன்றேனும் இதுவரை தமிழகத்தில் யாராலும் விமரிசிக்கபடவே இல்லை என்பதும் ஒரு அசிங்கமான உண்மை. நேற்று எழுதவந்த பச்சிளம் பாலகன் ஒருவன் எழுத்திலிருந்து பல நூற்றாண்டுகளுக்கு முன் எழுதிய எழுத்தோவியங்கள் வரை ஒவ்வொன்றையும் தேடித் துருவிப் படித்துவிடுகிற சாமர்த்தியம், தைரியம், அசையா ஊக்கம், திண்மையான முயற்சி இந்திய இலக்கியத்தில் யாருக்கும் இருந்ததாக என்னால் சொல்ல முடியவில்லை. படிப்பதில் ஒரு ருசியும், ஒரு ரசனையும் எவ்வளவு கடுமையான விஷயங்களாயிருந்தாலும் அதை திரும்பச் சொல்வதில் ஒரு லாவகமும், தெளிவும், ஓர் ருசியும் புலப்பட வைப்பதில் க.நா.சு.வுக்கு ஈடு இணையில்லை. எதையும் உணர்ச்சி வசப்பட்டு பாராமல், அறிவு சார்ந்த ஆழமாக உன்னித்தறிந்து பார்ப்பதிலும் அதை திரும்ப சொல்வதிலும் அவருக்கிருந்த பயிற்சி திறன் யாருக்குமில்லை. அதனால்தான் அவர் சிறுவயதி லிருந்தே படித்ததைத் திரும்பச் சொல்லுவதில் ஆர்வம் கொண்டிருந்தார். அவரது முதல் நாவல் ‘சர்மாவின் உயில்’ இன்றைக்கும் தமிழில் ஒரு அற்புதமான படைப்பு. அதில் காணப்படும் அமானுஷ்யமான விஷயங்களை நம்பகத்தன்மை யோடு வேறு யாராலும் சொல்ல முடியாது. அந்த நாவல் எதிர்வரும் காலத்தைப் பற்றிய ஒரு உயிலை அடிப்படையாகக் கொண்டது. அந்த நாவல் இன்றுவரை பலருக்கு எழுதத் தூண்டு கோலாய் அமைந்திருக்கிறது. என்றாலும் அதன் சிக்கனம், இலக்கிய நயம், வாழ்க்கையா, கதையா என்கிற வித்தியாசம் தெரியாத சகஜத் தன்மை ஆகியவற்றில் பெரும் வெற்றி பெற்றன. இதைத் தமிழர்கள் எட்டித் தொடவே இல்லை. காரணம், க.நா.சு. ஒரு விமர்சகராக இருந்துதான். இது பலருக்கு ஒவ்வாத விஷயம். ஒரே வேளையில் படைப்பாளியாகவும் விமரிசகராகவும் இருக்க நேர்கிற கொடுமை உலகத்தில் யாருக்கும் நேரலாகாது. க.நா.சு.வுக்கு அது நேர்ந்தது. அவரது அடுத்த நாவல் ‘பசி.’ இதுவும் அவரது சொந்த வாழ்க்கையை அடிப்படையாகக் கொண்ட சோதனை முயற்சி. இந்த நாவலிலும் க.நா. சு. வின் பசிகள் அழுத்தமாகச் சொல்லப்பட்டிருக்கிறது. அவரது முதல் சிறுகதைத் தொகுதி ‘அழகி,’ அலயன்ஸ் குப்புசாமி ஐயர் வெளியிட்டது. இதிலும் ஒரு பேய்மண்டபம் பற்றிய கதை அபாரமான முறையில் சித்திரிக்கப்பட்ருக்கிறது. உலக இலக்கியத் தரத்தை தமிழ்ச்

சிறுகதைக்குக் கொடுத்த க.நா.சு.வுக்கு தமிழகம் தந்த பரிசு. அந்தத் தொகுதியை விமரிசிக்கவே இல்லை. அருமையான தொகுதியாக இது வெளிவந்தது. என்றாலும் எழுத்தாளர்களும் சரி, ரசிகர்களும் சரி இதை அதிகம் நினைவுகூரவில்லை. க.நா.சு. சாகும்வரை அவரது எந்தப் படைப்பும் ஒரு இலக்கிய நேர்மையுடன் பரிசீலிக்கப்படவே இல்லை. அவர் அதைப்பற்றிக் கவலைப் படவும் இல்லை. கும்பகோணத்துக்குப் பக்கத்தில் இருந்த திருவாலங்காடு அவரது பூர்வீக குடும்ப உற்பத்தி ஸ்தலம். அங்கிருந்து புறப்பட்டு தஞ்சாவூர் சமஸ்தானத்திற்கு வந்த க.நா.சு.வின் குடும்பம் ஏறத்தாழ 4 தலைமுறைக்கதை. ஏறத்தாழ 1500 பக்கங்கள் 4 பாகங்களாக க.நா.சு.வால் எழுதப்பட்டது. அது இன்னும் அச்சேறவே இல்லை என்பது சுவாரசியமான செய்தி. இந்த நாவலை மறுபடி மறுபடி நான்கைந்து முறை எழுதி, வடிவம் கொடுத்தார். க.நா.சு. மீது சக எழுத்தாளர்களுக்கு எப்போதுமே ஒரு கரிசனம் உண்டு. அவர் நிறைய பொய் சொல்கிறார். ‘திருவாலங்காடு’ என்ற அவரது நாவல் பற்றி நான் சொல்ல முற்படும் போதெல்லாம் அப்படி ஒரு நாவலை அவர் எழுதவில்லை. புதுசாக டூப் விடுவார் என்று சொல்லுவார்கள். அவர் வீட்டுக்குப் பக்கத்தில் குடியிருந்த சாலிவாஹனன் என்ற எழுத்தாளரே இதை ஓயாமல் சொல்லிக் கொண்டிருப்பார். தினம் ஒன்றுக்கு 35 பக்கமாவது எழுதிவிட்டுத்தான் தூங்கப் போவார் என்று க.நா.சு. வை மௌனி, போன்ற அவரது நண்பர்களே நம்பாமல் கேலி செய்வதை நான் கண்டிருக்கிறேன். தி. ஜானகிராமன் ‘மோகமுள்’ வெளியானபோது ஆரவாரமாய் வரவேற்று தனது நூலில் சிறப்பான இடம் கொடுத்து எழுதினார் க.நா.சு. தன் சக எழுத்தாளர்களிடம் நிறைந்த ஈடுபாடும் பாசமும் வைத்திருந்தார். அதே சமயத்தில் அவர்களின் திறமைக் குறைவையும் இல்லாமையையும் சரியாகவே எடைபோட்டு வைத்திருந்தார் என்பதுதான் க.நா.சு. வின் மீது சக எழுத்தாளர்களுக்கிருந்த காழ்ப்பு. புதிய படைப்புகள் வெளிவரும்போது அதை வெளியிட்ட பதிப்பகத்துக்கே சென்று அதை வாங்கி வந்து விமரிசனமும் எழுதுவார் க.நா.சு. இது அந்த பதிப்பாளர்களுக்கு விநோதம் தரும் செய்தி. வீண் கௌரவமும் வெட்டி மரியாதையையும் பாராது தொடர்ந்து தனது பணியைச் செய்வதில் பின்வாங்காத வர், சென்னை போன்ற பெருநகரத்தில் லைப்ரரி, லைப்ரரியாக சுற்றிக் கொண்டும், படித்துக் கொண்டும், ஒவ்வொரு பத்திரிகைக் காரியாலயமாய் சென்று சந்தித்துக் கொண்டு இருந்த க.நா.சு. வை ஒரு சாதாரணமான மனிதப்பிறவியாக உணர்வது சாதாரணமான மனிதர்களுக்குக் கடினமாகவே இருந்தது. இல்லம் அவரை துரத்தியபோது புத்தகங்களையே அவர் சரணடைந்தார். சந்திக்காத இலக்கியாசிரியர்கள் கிடையாது. அவர்கள் அழை

யாமலே இவர் சென்று சந்தித்து விடுவார். இவரது படிப்பு ஒன்றுதான் இவரைக் காப்பாற்றி வந்தது என்று சொல்லலாம். அவரது மகள் தந்தையின் உதவியின்றியே பாஸ்செய்து தானாகவே உத்தியோகம் பெற்று திருமணமே செய்த கொண்டாள். எஸ். கே. எஸ். மணி என்ற ஒரு வியாபாரியை, ரசிகரை மணம்புரிந்தார் என்றாலும்கூட தந்தையின் மீது ஜம்னாவுக்கு அபாரமான பிரேமை. எல்லோருக்கும் இது ஆச்சரியம். க.நா.சு. எப்படி அங்கீகரிக்கப்படுகிறார்? மரியாதை செலுத்தப்படுகிறார்? என்ற கேள்வி பெருங் கேள்வியாகவே நிலைத்தது.

தமிழ் இலக்கியத்தில் சிறந்த படைப்பாளிகளை இனங்காட்டுவதில் யாருமே தலையிடாதபோது க.நா. சுப்ரமண்யம் அழுத்தந் திருத்தமாக பட்டியல்களை தமிழிலக்கிய உலகத்திற்கு அறிமுகம் செய்து வந்தார். இந்த மதிப்பீடுகளின் மீது அதிக கவனம் செலுத்தாதது போல் காட்சியளித்தாலும் க.நா.சு. வின் மதிப்பீடுகளை ஒவ்வொரு முக்கியஸ்தரும் எதிர்பார்த்தார்கள் என்பதுதான் அதன் ரகஸ்யம், 1959 வருடம் ஆரம்பித்த சி.சு. செல்லப்பாவின் 'எழுத்து' பத்திரிகையும் க.நா.சு.வின் கருத்தோட்டம், விமர்சனம், தவறு என்று விமர்சிக்க விரும்பிய பலரும், அன்று இந்த அடிப்படையிலேதான் இயன்றது. இவர்களை மறுப்பதற்கென்றே கிளம்பிய பொதுவுடைமை இதழ்கள் மாற்றுக் கருத்துக்களையோ வேறுபட்டியல்களையோ அறிமுகப் படுத்த முடியவில்லை என்பது தமிழின் பொதுவான பலவீனம். க.நா.சு.வின் கருத்தோட்டம், விமர்சனம் தவறு என்று விமர்சிக்க விரும்பிய பலர் அன்று தமிழகத்தில் இருந்தார்கள். என்றாலும் அதைச் செய்ய அவர்களால் முடியவில்லை. காரணம் யாதோவெனில் க.நா.சு. சொன்ன சிறப்புகளை மறுத்து அதற்கு ஈடான வேறு சிறப்புகளைக் கொண்டு வந்து நிறுவி புதிய படைப்புகளை பட்டியலிட முடியவில்லை என்பதுதான் உண்மை. இதையும் அவர்கள் ஒப்புக்கொள்ளத் தயாரில்லை.

50 ஆண்டுகள் தமிழிலக்கிய உலகத்திலும் இந்திய இலக்கிய உலகத்திலும் எது தரம் வாய்ந்தது என்ற கேள்விக்குத் துணிச்சலான பதிலை தெளிவுடன் சொல்ல விமரிசகர்கள் இல்லை என்பது தான் அடிப்படையான உண்மை. தெலுங்கு மொழி 'நாராயணராவ்' மிகச் சிறந்த நாவல் என்று கூறப்படுகிறது. ஆனால் அதற்கான விமர்சனம் அம்மொழியில் இல்லை. மலையாளத்தில் சந்துமேனோனின் 'இந்துலேகா' முதல் நாவல் என்று சிறப்பிக்கப்படுகிறது. ஆனால் அவற்றின் குறைகள் எடுத்துச் சொல்லப்படுவது இல்லை. வங்காளியில் 'ஆனந்தமடமும்', குஜராத்தியில் 'பன்கர் வாடி'யும், மராட்டியில் வி.எஸ். காண்டேகரும்' ஏன் சிறப்புப் பெற்றார்கள்? என்று எழுத க.நா.சு. தேவைப்பட்டார். ஆனால்

தமிழில் க.நா.சு.வின் ஒப்பற்ற படைப்பான 'பொய்த்தேவு' வெளிவந்தபோது, அதை விமரிசிக்க, பாராட்ட, குறைகளை எடுத்துக்காட்ட, மேல் வளர்ச்சிக்கான பாதையைச் சுட்ட இங்கே விமரிசகர்கள் இல்லாமல் போனது எத்தனை துரதிருஷ்டம், அதற்காக, க.நா.சு. வருந்தவில்லை. தொடர்ந்து, சின்னஞ்சிறு நாவல்கள் பலவற்றை அவர் எழுதிக்கொண்டே இருந்தார். வெளிவருவதும், வெளிவராததும் பற்றி கவலைப்படாமல் அவர்தம் பணியிலேயே கருத்தூன்றி இருந்தார். பின்னர், அவர் டெல்லி சென்றார். டெல்லி சென்ற பின்னரும் சாலிவாஹனன், பித்தப்பூ போன்ற நாவல்களை அங்கிருந்து எழுதினார். இவை போக 'ஜாதிமுத்து', 'வக்கீலய்யா' போன்ற வித்தியாசமான படைப்புகளையும் அவர் எழுதினார். விக்கிரமாதித்தன் கதை முடிகிற இடத்தில் சாலிவாஹனன் தொடங்குகிறது. இது விசித்திரமான நாவல் இப்படி பல புதிய முயற்சிகளையும் செய்து கொண்டேயிருந்தார். நீண்ட இடைவேளைக்குப் பின், அனுபவத்தின் சாரமாக தினமணி நாளிதழில் தொடர்ந்து இலக்கியக் கட்டுரைகள் பலவற்றை அவர் எழுதினார். இவை அவரது முழுவாழ்வின் சாரமாக சொல்லப்பட வேண்டியவை, நீண்டகால ரசனைக்குப் பின்னர் அவர் கண்ட முடிவுகளின் தொகுப்பாக இதனைக் கொள்ளலாம். இவை யாவும் தொகுக்கப் பட்டு 'கலை நுட்பங்கள்' என்ற அரிய நூலாக வெளிவந்தது. இது அவரது வாழ்வின் அர்த்தம் என்றே சொல்ல வேண்டும் சரியான படி இந்த நூலுக்கு தமிழின் மிகப்பெரிய பரிசு கிடைத்திருக்க வேண்டும். அது பற்றியெல்லாம் கவலைப்படாது தொடர்ந்து தமது பணியிலேயே அவர் கவனமாயிருந்தார். அவரது 'பித்தப்பூ' நாவலை தஞ்சையில் ப்ரகாஷ் வெளியீடு வெளியிட்டது. அடுத்ததாக சாலிவாஹனன் நாவலையும் வெளியிடுவதாக இருந்தார்கள். அதற்கிடையில் க.நா.சு. தஞ்சை வந்தார் தான் படித்த பள்ளிக்கூடம், தெருக்கள், கோயில், புத்தகங்கள் பயின்ற சரஸ்வதிமஹால் நூலகம், இடிந்த அரண்மனை ஆகியவற்றை மணிக்கணக்காய் நின்று பார்த்து அசை போட்டார். மீண்டும் ஒரு புதிய படைப்பு ஒன்றுக்கான அஸ்திவாரமும் அவர் உள்ளத்தில் விழுந்தது. தோண்டி எடுக்கப்பட்ட அரண் மனையின் அடித் தளத்துக்கு எல்லாம்சென்று பார்வையிட்டார். திருவையாறு, மாயூரம், திருவிடைமருதூர், பூம்புகார் போன்ற இடங்களுக் கெல்லாம் அயராது சுற்றினார். மண்ணின் மணத்தை நுகர்ந்து நுகர்ந்து ரசித்தார். தன் பழைய எழுத்தாளத் தோழர்களான எம்.வி. வெங்கட்ராம் போன்ற பலரையும் நேரில் சென்று சந்தித்துப் பேசினார். தஞ்சையில் ப்ரகாஷ் எடுத்த 'பித்தப்பூ' நாவல் வெளியீட்டு விழாவில் நா.பார்த்தசாரதி, கரிச்சான்குஞ்சு, எம்.வி, வெங்கட்ராம் அசோகமித்திரன், வல்லிக்கண்ணன்,

ஆகிய பழைய எழுத்தாளர்களும், சி.எம். முத்து, தேனுகா, நா.விச்வநாதன் ஆகிய தஞ்சையின் இளம் எழுத்தாளர்களும் கலந்து கொண்டு பாராட்டினார்கள். தனது ஆளுயர போஸ்டரைத் தானே பார்த்து வியந்து போனார் க.நா.சு. விழாவில் 'பித்தப்பூ' நாவல் வெளியிடப்பட்டது. நிறைவுரையில் இந்த விழாவிற்குத் தன் மனைவி கலந்து கொள்ளாமல் போனார்களே என்று வருந்தினார் க.நா.சு. இரவு வெகுநேரம் லாட்ஜ் அறையை விட்டு இலக்கிய நண்பர்கள் போகாமல் க.நா.சு.வோடு பேசிக் கொண்டிருந்தார்கள்.

தஞ்சாவூரில் க.நா.சு.வுக்கு எப்போதுமே பிடித்தஇடம் ரயில்வே ஸ்டேஷன் தளம். அடுத்தநாவல் ஒன்று தஞ்சை வரலாற்றை அடிப்படையாகக் கொண்டு எழுதப் போவதாக என்னிடம் சொன்னார். ஏற்கெனவே 'மாதவி', 'தாமஸ்வந்தார்' போன்ற 'செமி' வரலாற்று நாவல்களை இவர் எழுதியிருந்தார். இந்தமுறை முழுக்க நாயக்க வம்ச அடிப்படையைக் கொண்டு தனது குடும்ப வரலாற்றையும் இணைத்து எழுதப்போவதாகச் சொன்னார். அரைகுறையாக அவர் எழுதிவிட்டிருந்த 'ஜாதிமுத்து' நாவலையும் முடிக்க வேண்டும் என்று சொன்னார். தினமும் ஏராளமான இலக்கிய நண்பர்களும், ரசிகர்களும் அவரைத் தேடி வந்த வண்ணம் இருந்தார்கள். உதகமண்டலத்திலிருந்து பிரும்மராஜன், கோயமுத்தூரிலிருந்து சுகுமாரன், டெல்லியிலிருந்து ரவீந்திரன் போன்றோர் அவரைச் சந்திக்க வந்து கொண்டிருந்தார்கள். கும்பகோணம் பகுதியிலிருந்த எம்.வி. வெங்கட்ராம் ஒரு எழுத்தாளர் படையுடன் சந்திக்க வந்தார். எல்லார் பேச்சிலும் ஒரு அதிருப்தி. என்னைப் பற்றி சரியாக நீங்கள் எழுதவில்லை என்ற கோரஸ். மௌனியைப் பற்றி நீங்கள் அதிகமாகத்தான் புகழ்ந்து விட்டீர்கள் என்று பரவலாக ஒப்பாரி. இவைகளையெல்லாம் கேட்டு சிரித்துக் கொண்டே சமன் செய்தார் க.நா.சு. க.நா.சு.வுக்கு அவரது பாட்டி சொன்ன கதைகளின் தொகுப்பு ஒன்றை வெளியிட வேண்டுமென்றும், ஏற்கெனவே 'தெய்வ ஜனனம்' என்ற தலைப்பில் ஒரு தொகுதி வெளியிட்டு விட்டதாகவும் அவர் நினைவூட்டினார். அதைத் தொடர்ந்து இந்த நாவலையும் எழுதப் போவதாக அவர் சொன்னார். தனக்கு 25,000 ரூபாய் சாகித்ய அகாடமி பரிசு கிடைத்திருப்பதையும், தமிழிலக்கியத்திற்கே அவற்றை செலவு செய்யப் போவதாயும், 'நியூஸ் லெட்டர் ஃபிரம் க.நா.சு', 'க.நா.சு.வின் இலக்கியக் கடிதம்' என்று இரண்டு பத்திரிகைகள் நடத்தப்போவது பற்றியும், அவற்றை நீங்கள் தான் வெளியிட வேண்டுமென்றும் என்னிடம் சொன்னார். க.நா.சு. தேனுகாவுடன் பேசிக் கொண்டிருந்த போது 'நீங்கள் எல்லோரும்தான் என்

இலக்கிய நம்பிக்கை' என்று கூறினார். அதனால்தானோ என்னவோ தொ.மு.சி. ரகுநாதன், அவர்கள், க.நா.சு. இறந்த பின்னால் கொடுத்த ஒரு செய்தியில் - "க.நா.சு. என்ற பாம்பு இறந்துவிட்டது என்றாலும் ப்ரகாஷ் பாம்பு இன்னும் உயிருடன் இருக்கிறது" என்று குறிப்பிட்டிருந்தார்.

தமிழிலக்கியத்தின் நவீனப்பகுதி க.நா.சு.வுக்குப் பின் சோர்ந்துதான் இருக்கிறது. க.நா.சு.வைக் கேலி செய்தவர்கள் இங்கு நிறைய பேர்கள் இருக்கிறார்கள். க.நா.சு.வின் பட்டியல்களை, அவ்வப்போது அவர் தந்த இலக்கிய வரிசைத் தீர்வுகளை மறுக்க முயன்றவர்கள் இருக்கிறார்கள். என்றாலும், க.நா.சு. என்கிற இலக்கிய விமரிசகன் மதிப்பிட்டுக் கொடுத்த அதே பாதையில் தான் அவரது விரோதிகளும் சென்று கொண்டிருக்கிறார்கள். க.நா.சு.வின் பட்டியல்களைக் கேலி செய்தவர்கள், தாங்கள் ஒரு புதிய பட்டியலைத் தந்து நிலைநிறுத்த முயவில்லை. க.நா.சு. தந்த இலக்கிய மதிப்பீட்டுப் பட்டியல்களுக்கு மாறுதல்களாக, கணையாழி என்ற பத்திரிகை, பல்வேறு பட்டியல்களை வாசகர்கள் மூலமாகத் தந்தது என்றாலும் அந்தப் பட்டியல்கள் யாவும் கேலிக்கூத்தாகவே முடிந்தன. க.நா.சு.வின் பட்டியல்கள் மீண்டும் மீண்டும் பல எழுத்தாளர்களாலும் கலைஞர்களாலும் பரிசீலிக்கப்பட்டன. பலமுறை அவைகள் ஒதுக்கப்பட முயன்றன. என்றாலும் அது லேசில் நடைபெறவில்லை. மறுபடி மறுபடி க.நா.சு.தன் பட்டியல்களை மாற்றிக் கொள்ளவும் தயாராக இருந்தார். அதைக்கூட எழுத்தாளர்கள் கேலி செய்தார்கள். பட்டியல்களிலிருந்து நீக்கப்பட்ட எழுத்தாளர்கள் சினந்தார்கள். அதுபற்றியும் வாசககர்களோ க.நா.சு.வோ கவலைப்படவில்லை. தொடர்ந்து பட்டியல்கள் வெளியிடப்பட்டன ஆங்கிலத்திலும் தமிழின் தரம் இந்தப் பட்டியல்களால் உயர்ந்தனவே தவிர குறையவில்லை எனச் சொல்லவேண்டும். ஏறத்தாழ 40 ஆண்டுகள் அவருடன் பழகிய உங்களை உங்கள் படைப்புகளை ஏன் க.நா.சு. பாராட்டவில்லை? என்று சர்வ சாதாரணமாக ஒரு தமிழ் எழுத்தாளர் என்னிடம் கேட்டார். அப்படிப் பாராட்டும் விதமாக என் எழுத்தில் எந்தவிதமான சிறப்பையும் க.நா.சு. காணவில்லை என்பதுதான் உண்மையாக இருக்கும் என்றேன். அதற்காகத்தானோ என்னவோ எனக்கும் 'பாம்புக்குட்டி' என்ற பெயர் கிடைத்தது. தமிழ் எழுத்தின் நீண்ட பாரம்பரியத்தில் தர விமரிசனம் என்பது எப்படி இருக்க வேண்டும்? ஏன் இருக்க வேண்டும்? என்ற கேள்விக்காக 50 ஆண்டுக்காலம் போராடியவர் க.நா.சு. எல்லோருக்கும் அவரது முடிவுகள் தேவைப்பட்டன. தனக்கென்று தனியான விமரிசனக் கோட்பாடுகள் எவற்றையும் தமிழுக்கு அறிமுகம் செய்விக்காமல் கூடியவரை பழைய வேதாந்த

நம்பிக்கை இவைகளின் அடிப்படையிலேயே தன் வாழ்வையும், சிறப்பாக அமைத்துக் கொண்டார். க.நா.சு.வின் படைப்புகளை அவரது படைப்புகளின் நோக்கத்திலிருந்து விமரிசனம் செய்யப் படவில்லை என்ற எண்ணம் நமக்கிருந்தாலும், அகில இந்திய அளவில் தமிழுக்கென்று ஒரு தனிப் பார்வையும் நோக்கமும், விமரிசனப் பார்வையும் உண்டென்பதை தனது எழுத்தால் நிரூபித்தார் கநாசு. இந்திய இலக்கியச் சிற்பிகளிடையே முதலிடம் வகிக்கிறார் என்பதை யாராலும் மறுக்க முடியாது. அவர் எழுதிய பல்லாயிரக்கணக்கான பக்கங்கள் இன்னும் அச்சில் வெளிவராதது தமிழின் குறை மட்டுமல்ல. தமிழரின் ரசனைத் திறத்தின் குறைவும்தான். கடைசியாக, அவரை சாய்வு நாற்காலி யிருந்து அவர் தகப்பனாரே நேரில் வந்து அழைத்துச் சென்றதாக கூறப்படும் கடைசி நிகழ்ச்சியைக் கூட ஒரு இலக்கிய ரசிகன் என்ற நிலையில் நான் நம்பி மகிழ்கிறேன்.

> "இந்த உடலும் நொந்து நோகாது
> உலக நடன நாடக சாலையை
> நான் நழுவிவிட அருளே!"

என்று தமிழ் நாவலாசிரியனொருவன் வேண்டி விரும்பிக் கவிதையாத்தபோது, உடனே துறக்கம் பெற்றதாக அறிகிறோம். க.நா.சு.வின் கடைசி நாள். நான் என் வீட்டின் முன் சாய்வு நாற்காலியில் அமர்ந்திருந்தேன். ஒளிமிகுந்த நூலொன்று என்னைச் சுற்றிக் கடந்ததை அறிந்தேன். உணர்வா? அறிவா, தெரியாத நிலை. என்றாலும் இது நேர்ந்த சில நிமிடங்களுக் கெல்லாம் காலையில் சென்னைத் தொலைக்காட்சி நிலையத்தி லிருந்து 'தமிழ் விமரிசகர் க.நா.சு. மரணமடைந்தார்' என்ற செய்தியையும் கூறி மூன்று முறை க.நா.சு.வின் வர்ணப்படம் ஒளிதுலங்க சுழற்றிக் காட்டினார்கள். ஏனோ? எனக்கு வருத்தம் ஏற்படவில்லை. ஏனென்றால், சரியாக 15 நாட்களுக்கு முன்புதான் என்னிடம் விடை பெற்றுக் கொண்டு கொட்டும் மழையில் அவர் விரும்பிய தஞ்சையை விட்டு டெல்லி சென்றார் என்பதனால் இருக்கலாமோ, என்னவோ?

○

அத்தியாயம்-8

இளம் எழுத்தாளர்களும் க.நா.சு.வும்

தமிழில் புதிதாக எழுத வருபவர்கள் மூன்று வகையாக பிரிவதைப் பார்க்கிறோம். முதல்ரகம் நேரடியாக புத்தக உலகத்திலிருந்து வெளி வந்தவர்கள். வேறு எதையும் நம்பமாட்டார்கள். அடிப்படையான இலக்கியத் தன்மை ஒன்றுதான் இவர்களது குறிக்கோள். இவர்களுக்கு இலக்கியத் தூய்மை மிகவும் ஆட்டி வைக்கிற ஒன்று. இலக்கிய விமர்சனங்களையெல்லாம் நம்புகிறார்கள். இலக்கிய சர்ச்சைகளிலெல்லாம் பங்கு கொள்பவர்கள் இலக்கியத் தூய்மை பற்றி பிரக்ஞையே இல்லாமல் சுவாரசியம் ஒன்றையே குறிக்கோளாகக் கொண்டு மனதில் தோன்றும் புதுமை எல்லாம் எழுத்தாக்க முற்படுவர்கள் இரண்டாவது ரகம். இளமை, இனிமை, திறந்த தன்மை, சுறுசுறுப்பான விறுவிறுப்பான, சுருக்கான எழுத்து இவைகளில்தான் இவர்கள் கவனம். சொல்லப்போனால் முன்னோங்கி நிற்கும். மூன்றாவது ரகம் தமிழெழுத்து செக்ஸ் என்கிற பால் உணர்ச்சி சார்ந்தது. புதிதாக எழுத வருபவர்களை உற்சாகப்படுத்துவது பத்திரிக்கைகளின் பணியாக இருந்து upto date தமிழ் சினிமா இவர்களின் எழுத்துக்களில் வருகிறது. இந்திய பிறமொழி மாநிலங்களிலும் இந்தப் பிரக்ஞை சரியாக உருவாகவில்லை. உதாரணத்துக்கு, பத்திரிகையில் வெளிவந்தாலும் சிறுகதை, மேடையில் படித்தாலும் சிறுகதை, வாயில் சொன்னாலும் சிறுகதை, பாடப்புத்தகத்தில் வந்தாலும் சிறுகதை, சிலப்பதிகாரத்தில் நடுநடுவே வந்தாலும் சிறுகதை. புறநானூற்று, அகநானூற்று, ஐங்குறுநூற்றுக் காட்சிகளிலெல்லாம் சிறுகதை, இன்னும் கோயில் நடைகளில் காலட்சேபங்களில் சொல்லப்படும் உவமைகளெல்லாம் சிறுகதை. ஏசுநாதர் முதல் முல்லா வரை மாணிக்கவாசகர் முதல் புத்தர் வரை சொல்லப்படும் நிகழ்ச்சிகளெல்லாம், அவர்கள் பேசிய பேச்செல்லாம் சிறுகதை. சிறுகதை என்று நம்புகிற படித்த முட்டாள்கள், பட்டம் வாங்கிய அறிவீலிகள், இலக்கியத்தை லேவா தேவியாகக் கொண்ட சில பேராசிரியர்கள் நன்றாகக் குட்டையைக் குழப்பி வருகிறார்கள். இதைப் போலவே இலக்கியத்தின் ஒவ்வொரு துறையும் தவறாகப் புரிந்து கொள்ளப்

படுவதிலேயே அந்த மொழியின் இலக்கியத் தரத்தை அந்த மொழியின் மக்களே இழந்து வருகிறார்கள். க.நா.சு. சொல்வார், எப்படி வேண்டுமானாலும் எழுதலாம் என்று. ஆனால் அதற்கு அர்த்தம் எப்படி வேண்டுமானாலும் எழுதலாம் என்பது பொருளல்ல. அடிப்படைகளை முறிக்கவேண்டும். மரபுகளை மீறவேண்டும் இலக்கணங்களை புதிதாக்க வேண்டும். பழமையி லிருந்து புதுமைக்கும் போக விலகவே வேண்டும் என்பார் க.நா.சு. மற்றைய இந்திய மொழிகளுக்கு இல்லாத பெரும் இலக்கியப் பாரம்பரியமும் மரபும், இலக்கணமும், சிந்தனை வழிகளும், சீனமொழியைப் போல, எபிரேய மொழியைப் போல, கிரேக்க லத்தீனிய மொழியைப் போல, நம் தமிழ்மொழிக்கு மிகமிக விரிவாகவே விரிந்து கிடக்கிறது. இவைகளை மீறுவது என்பது க.நா.சு. சொன்ன பொருளில் எவ்வளவு மிகச் சரியானதோ அவ்வளவு மிகத் தவறானதும்கூட, மொழியை சரியாக நவீன யுகத்திற்குக் கொண்டு வருவதில் உலக மொழிகளிலேயே தமிழ்மொழியைப் போல் வேறொரு மொழியைச் சுட்டிக் காட்டுவது மிகக் கடினம். காரணம், மரபு, பாரம்பரியம், இலக்கணம், உத்திகள் என அதன் அத்தனை அங்கங்களும் போக சொல்லை அந்த அளவுக்கு பயன்படுத்தலாம்? எந்த அளவுக்கு பயன்படுத்தக்கூடாது எப்படி முறிக்கலாம்? ஒரு சொல்லை எப்படி சிதைக்கலாம், எப்படி பகுக்கலாம்? என்பது வரை மனிதகுல சிந்தனையின் அழகுணர்ச்சி ஆழத்திற்கே சென்று, அதை வழக்கப்படுத்தி சரளமாக்கியும் வைத்திருக்கிறார்கள் எம் தமிழர்கள். இதனை பகுபதம், பகாப்பதம் என்ற இலக்கணமாக சொல்லப்படுகிறது. என்றாலும் இவைகளையும் மீறி புதுமை களைப் படைக்க தமிழில் ஏராளமாக இடமும் வாய்ப்பும் வசதியும் இருக்கிறது. இதனை சரியாகப் புரிந்துகொண்ட முதல் விமரிசகர் க.நா.சு மட்டும்தான். க.நா.சு ஒரு ஆசிரியர் அல்ல. He is not a teacher. He is a master. வாத்தியாருக்கும் குருவுக்கும் உள்ள வித்தியாசம் புரிந்துகொள்ள கொஞ்சம் கஷ்டம்தான். க.நா.சு. புதுமைப்பித்தனோடு நடத்திய ஒரு சிறு விவாதத்தை இதற்கு உதாரணமாகச் சொல்லலாம்.

மூக்கப்பிள்ளை என்கிற பெயரில் தான் எழுத நினைத்திருக்கும் நாவல் ஒன்றைப் பற்றி க.நா.சு.விடம் சுவாரசியமாக புதுமைப் பித்தன் சொல்வது வழக்கம். ஆனால் ஒவ்வொருமுறையும் மூக்கப்பிள்ளை என்று க.நா.சு. சொல்வதை 'க்கப்' என்ற மூன்று எழுத்துக்களையும் அழுத்தமில்லாமல் சொல்ல வேண்டும் என்று புதுமைப்பித்தன் வற்புறுத்தும் போது க.நா.சு. கலகல வென்று சிரிப்பார். இதிலென்ன இருக்கிறது? மூக்கப்பிள்ளை யாயிருந்தால் என்ன? முகப்பிள்ளையா இருந்தால் என்ன? என்று

க.நா.சு. கேட்கும்போது புதுமைப்பித்தன் வாயிலிருக்கிற வெற்றிலையைத் துப்பிவிட்டு வாயைக் கொப்பளித்துவிட்டு, மூக்கும் முகமும் ஒன்றில்லை ஐயா. இந்த மொழிக்கு பலம் பற்றாது. நாம் தான் ஏற்றியாக வேண்டும். முகம் என்ற அந்தச் சொல்லின் இனிமை, மூக்கப்பிள்ளையில் - திருநெல்வேலிக் காரர்கள் ஏற்றவில்லை என்று கூறும்போது க.நா.சு. அவரை ஆச்சரியமாக பார்ப்பாராம். ஒலி, அணுத்திரள் ஒலி என்பது வரை தமிழில் இலக்கியப் சிந்தனையாளர்கள் சிந்தித்திருக்கிறார்கள் என்பாராம் புதுமைப்பித்தன். அதன் பின்னரே, க.நா.சு. பழைய இலக்கண நூல்கள் ஒவ்வொன்றையும் மண்டையை உடைத்துக் கொண்டு படித்துப் புரட்டினாராம் எதற்காக இதைச் சொல்லு கிறேன் என்றால் மொழியின் மீது அதன் கலையின் மீது அதன் உருவ விதானங்களின் மீது க.நா.சு. ஆழ்ந்த கவனம் செலுத்திய தால் அவரது கருத்துக்கள் புதியவர்களுக்கும் பழையவர்களுக்கும் இடையூறாகவே அமைந்தன. தன்னை ஒரு விமரிசகர் அல்ல என்று கூறுவார் க.நா.சு. பலமுறை இலக்கிய விமரிசனத்தின் மீது தனக்கு நம்பிக்கையில்லை ஈடுபாடுமில்லை. வேறு வழியில்லாததால் வேறு யாரும் இந்தத் துறையில் ஈடுபடத் தயங்கிக் கோழை களாகித் திரிவதால் தாம் இந்தப் பணியைச் செய்ய முயல்வதாக பலமுறை அடக்கத்துடன் க.நா.சு. சொல்லியிருப்பது இங்குள்ள பலருக்குத் தவறாகவே தென்பட்டிருக்கிறது.

இந்த அடிப்படையில் க.நா.சு.வை அணுகுகின்ற புதிய இளம் கலைஞர்கள் சுலபத்தில் சலிப்பும், கோபமும், எரிச்சலும் அடைவது இயற்கை. அவரைத் தேடிவந்த பல வெளிநாட்டு இலக்கியாசிரியர்கள் சுலபத்தில் உதறிவிட்டுப் போய்விடுவது பலருக்கும் நேர்ந்திருப்பதை நான் பக்கத்திலிருந்து பார்த்திருக்கிறேன். அவர் சாகும் வரை அவர் கட்டுரைகளுக்குப் பதில் சொல்லாத அருந் தமிழ் எழுத்தாளர்கள் பலர், அவர் இறந்த முதல் வாரத்திலேயே 16 காலத்தில் தினமணியில் அவரை மறுத்துக் கட்டுரைகள் எழுதினார்கள். அவர் உயிருடனிருந்த போது ஏறத்தாழ அவரை பூஜித்துக் கொண்டிருந்த பல இளம் எழுத்தாளர்கள் அழ ஆளில்லாத போது விபரீதங்களைத் குழைத்துப் பேசினார்கள். சிலர் வாய்மூடி மௌனியாகிப் போனார்கள். இவை யாவும் எதைக் காட்டுகிறது? பொறாமை, இயலாமை, படிப்பதில், ரசிப்பதில் தங்கள் மீதே நம்பிக்கையற்ற விரக்தி நிலை என்பது தான் மூலகாரணம். அவரைச் சமகால எழுத்தாளர்களோடு கலைஞர்களோடு ஒப்பிட்டுப் பார்த்தாலே இவை பூதாகரமாகத் தெரியவரும். ஒருமுறை மாமாவரேர்க்கர் என்ற மராட்டிய நாடகாசிரியர் சென்னை வந்திருந்தார். அவருக்கு எழுத்தாளர் களை சந்திக்க ஆர்வம். குறிப்பாக தமிழ் எழுத்தாளர்களைக்

கண்டு பயந்ததுதான் காரணம். 4000 வருடத்தில் பழமைவாய்ந்த தமிழை இன்னும் பளபளக்கிற ஒரு கத்தியாகப் பார்த்தால் யாருக்கத்தான் பயம் வராது. அவர் என்ன எழுதினார்? யாருக்கும் தெரியாது. ஏனென்றால் அவர் மராட்டியில் எழுதினார். எழுத்தாளர்களுக்கு ஒரு ஆசை தங்களைப் பற்றிச் செல்லிக் கொள்வதற்கு. ஆனால் சொல்லிக்கொள்ள ஒன்றுமில்லை. மாலையைப் போட்டவர்கள், பாராட்டிப் பேசினார்கள். இன்றைக்கும் இதுபோன்ற அபத்தங்கள் தமிழகமெங்கும் நடப்பதைப் பார்க்கலாம். புதுமைப்பித்தனிடம் மாமாவரேர்க்கர் கேட்டார். 'நான் இலக்கியத் துறையில் நாடகாசிரியன். தமிழில் உள்ள நாடகாசிரியர்கள் பற்றி அறிந்து கொள்ள ஆசிக்கிறேன்' என்று கேட்டார். எல்லோரும் 'விழிவிழி' என்று விழித்தார்கள் 10000ம் ஆண்டு இலக்கிய பாரம்பரியத்தில் இன்றைய வாழ்வோடு சம்பந்தப்பட்ட ஒரு நாடக இலக்கியத்தையாவது, ஆசிரியனை யாவது எடுத்துச் சொல்ல யோக்யதை இருக்கிறதா? ஆனால் சற்றும் தயங்காமல் புதுமைப்பித்தன் சொன்னாராம். "இங்குள்ள எல்லோரும் நாடகாசிரியர்கள்" எழுதிக் கொண்டே இருப்பார்கள். மாமாவரேர்க்கர் பயந்துவிட்டார். இவ்வளவு பேரும் நாடகாசிரியர் களா? உங்கள் மொழியின் வளத்தை நான் வியக்கிறேன் என்று பாராட்டிவிட்டு சென்றுவிட்டார். இந்த நிகழ்ச்சியும், புதுமைப் பித்தன் பதிலும் பல எழுத்தாளர்களுக்கு சாதுர்யதுணிச்சலும், ஆனந்த ஆர்ப்பரிப்பையும் சந்தோஷக் கும்மாளத்தையும் தந்தது. என்றாலும் இந்த பொய்மை எத்தனை பெரியது? இந்த வறுமை எத்தனை கொடியது? என்பதை அன்றும் சரி இன்றும் சரி வியப்பவர்களே இலர். க.நா.சு. இளம் எழுத்தாளர்களை சந்திப்பதில் மிக ஆர்வம் காட்டுபவர். இந்தக் காரணங்களாலேயே க.நா.சு.வை சந்திக்கிற இளைஞர்கள் எளிதில் உணர்ச்சி வசப்படுவார்கள். க.நா.சு. வைப்பற்றி தமிழில் லெஜண்டரி டாக் ஸ்டோரீஸ் (Legendry talk stories) ஏராளம் உண்டு. அவைகளைப் பற்றி மட்டும் என்னால் தனியாக, ஏராளமாக எழுத முடியும். ஆனால் அவைகள் தேவையில்லை. ஏற்கெனவே, வள்ளுவனைப் பற்றியும் சங்கப் புலவர்களைப் பற்றியும் நேற்று நம்முடன் இருந்த பாரதி பற்றியும் கூட இலக்கியத்துக்குப் புறம்பான அவசியமற்ற கதைகள் ஏராளம் உண்டு. அவற்றை நாம் வளர்க்க வேண்டாம் என்பதாலேயே க.நா.சு. பற்றிய இந்த நூல் குறைச்சலான கதைகளையே பேசுகிறது. ஒரு கல்லூரி பேராசிரியர் கேட்டார், நீங்கள் சொல்வதை யெல்லாம் பார்த்தால் அவரை ஒரு கதாநாயகன் ஆக்குகிறீர்களே? அவர் ஒரு சைபர். அவர் மட்டுமல்ல தமிழிலக்கியமே ஒரு சைபர் என்று சொல்ல வந்தவர்கள்தான் க.நா.சு.வும், நானும் என ஆக்ரோஷத்தோடு அவர் சொன்னபோது,

"ஒன்றுமில்லாமை நின்றுலகம் யாவையும்
உருவாக்கிவிட வில்லையோ?
ஐந்தெழுத்திலிருந்து
ஐநூறாயிரம் எழுத்துக்கள் பிறக்கவில்லையோ?"

என்ற கவிதை வரிகள் என்னை நினைவூட்டின. பூஜ்யத்துக் குள்ளே ஒரு ராஜ்யத்தை ஆண்டுகொண்டு புரியாமலே இருப்பான் ஒருவன். அவனைப் புரிந்து கொண்டால் அவன் பேர் இறைவன் என்ற சவுக்கு சொடுக்கும் கண்ணதாசனின் இலக்கியா சிரியனை இறைவனாகக் கொள்ளலாமே! க.நா.சு. தன்னிடம் வரும் இளைஞர்களை படிக்கிறார்களா? இல்லை எழுதுகிறார் களோ? என்று பரிசீலிப்பார். படிப்பதில் ஈடுபாடு உள்ளவர் களாயிருந்தால் க.நா.சு. விடம் அவர்களுக்கு நிறைய வேலை உண்டு. தன்னெழுத்தைத் தவிர வேறெழுத்து எதையும் படிக்காதவர் களாயிருந்தால் க.நா.சு.விடம் அவர்களுக்கு வேலை இல்லை. க.நா.சு. விடம் அவர் சமகாலத்து சக எழுத்தாளர்களிடம் இல்லாத ஒரு Quality இருந்தது. அது என்னவென்றால், அவர்களின் எழுத்துக்களை கநா.சு. தேடிப் படிப்பதுதான். ஆனால் அவருடைய சமகால எழுத்தாளர்கள் யாரும் க.நா.சு.வின் விமரிசனம் ஒன்றை விடாமல் படித்திருப்பார்கள். ஆனால், அவரின் படைப்புகள் கவிதைகள், ஒன்றையும் படித்திருக்கமாட்டார்கள். ஏகதேசம் படிந்திருந்தாலும் அதைப் பற்றிப் பேசமாட்டார்கள். மௌனப் பெருமையும் அமைதலாய் இருந்த விடுவார்கள். ஆனால், அவர்கள் கேட்பார்கள் 'தன்னுடைய' 'அந்த', 'இந்த' புஸ்தகத்தை எந்த கம்பெனி வெளியிட்டதோ அதைக் குறிப்பிட்டு 'படித்திருக் கிறீர்களா?' என்று கநா.சு. விடம் கேட்பார்கள். கநா.சு தயங்காமல் அதுபற்றி அபிப்ராயத்தை உடனே சொல்லுவார். யாருக்காவது பிடிக்குமா என்ன? தமிழில் எழுதுகிற விமரிசனங்களின் பெரும் பகுதியும் எத்தனை பக்கங்கள் இருக்கின்றன. அச்சு எப்படி இருக்கிறது? ஆடை எப்படி அணிந்திருக்கிறது? எழுதுகிறவர்களின் லாவண்யம் எப்படி? அவர்களது படிப்பு எப்படி? அவர்களின் புத்தக வெளியீட்டுத் தரம் எப்படி? என்பன போன்ற விஷயங் களைப் பற்றி பேசுவார்களே அன்றி புத்தகத்தை தர விமரிசனம் செய்பவர்கள் நூற்றிலொருவர்தான். இதற்கும் மேல் வரலாற்றடிப் படையில் விமரிசனம் செய்வதோ, தத்வார்த்த அடிப்படையில் விமரிசனம் செய்ய முயல்வதோ கிடையாது.

சி.சு. செல்லப்பா அவர்கள் 'அலசல் விமரிசனம்' என்கிற Analytical criticism எனும் வழியை தமிழில் முதலில் செய்து பார்த்தார். ஜீவா என்கிற ப.ஜீவானந்தம் சோஷலிச எதார்த்தவாத விமரிசனத்தை ஆரம்பித்து வைத்தார். புதுமைப்பித்தன், க.நா.சு.

இருவரும் பொதுவில் இதுவரையில் விமரிசனத்துறையில் இல்லாத குறிப்பியல் திறனாய்வு முறையை செய்தனர். இது சரியான வழியா? விமரிசனம்தானா? பலனுண்டா? என்பது பற்றியெல்லாம் வேறு ஒரு புத்தகத்தில்தான் விவரித்து விமரிசனம் செய்ய வேண்டும். இவை தவிர மனோதத்துவ அடிப்படையில் விமரிசனம். சொல்லடைவு அடிப்படையில் விமரிசனம், பழந்தமிழ் கோட்பாடுகளின் அடிப்படையில் விமரிசனம் என்று பலதுறைகள் உள்ளன. இவைகளை தமிழில் பல்கலைக்கழகங்கள் எட்டித் தொட்டு முட்டி வருகின்றன. க.நா.சு. வோ இவைகளில் பலனில்லை என்பதை உணர்ந்திருந்தார். ரஸிகமணி டி.கே.சிதம்பரநாத முதலியார் ரசனை முறையில் பூரணமான அனுபவத்தை எய்துவது தான் இலக்கியத்தின் எல்லா துறைகளிலும் நோக்கமாகும் என்று பலமுறை எடுத்துக் கூறியிருக்கிறார். க.நா.சு., டி.கே.சி. இருவரையும் கிண்டல் செய்யும் கூட்டம் தமிழில் நீண்டகாலமாக இருந்து வருகிறது. ஆனால் இளைஞர்களை ஊக்குவிப்பதில் இருவருமே அதிக வேகம் கொண்டார்கள். தமிழில் முதல் புத்தக விமரிசனத்தைப் பற்றி எழுதிய சிதம்பரரகுநாதன் பின்னர் பழைய இலக்கியங் களை விமரிசிக்கப் போய்விட்டார். பாரதியைத் தாண்டி அவரால் எதுவும் சொல்ல முடியவில்லை. சி.சு. செல்லப்பா தனது அரை நூற்றாண்டு இலக்கியவாழ்வில் விமரிசனமாக எழுதியவை குறைவென்றே சொல்ல வேண்டும். அவர் பாரம்பரியமாக சிலரை ‘எழுத்து’ பத்திரிகையின் மூலம் உருவாக்கினார். தருமு சிவராமு, டி.கே. துரைசாமி, கி.அ.சச்சிதானந்தம், சங்கரசுப்ரமணியன் போன்ற 20 விமரிசகர்கள் ‘எழுத்து’க்குப் பின்னால் (பத்திரிகை) செயலற்றுவிட்டார்கள். சுந்தரராமசாமி தனக்கென்று தொடர்ந்து இளைஞர்கள் பலரை உருவாக்கி வருகிறார். இவர்களும் ஒரு காலகட்டத்துக்குப் பின்னர் புரியாமல் விலகிவிடுவதும் தூற்றுவதும் அல்லது ஒரேயடியாய் புகழ்வதுமாய் காலந்தள்ளி வருகிறார்கள். சொல்லப் போனால் சுந்தரராமசாமியின் ஆரம்பகால இலக்கியச் சிந்தனைகள் யாவும் க.நா.சு. வால் அல்லது க.நா.சு. வோடு உருவாக்கப்பட்டவைதான். தனக்கென அவர் ஏற்படுத்திக் கொண்டிருக்கும் இலக்கியக் கோட்பாடு. Sportsman sprit என்பார்களே அதுதான். விதிகளுக்குட்பட்டு, விளையாட்டு விதிகளைத் தவிர்த்தொரு விளையாட்டு சாத்யமில்லை. வெற்றி, தோல்வி பற்றி கவலைப்படாமல் விளையாட்டு ஒன்றையே அடிப்படையாகக் கொள்வதே அவரது இலக்கியக் கொள்கையாகப் பேசப்படுகிறது. ஆனால் இது ஆயிரக்கணக்கான வருடங்களுக்கு முன்பே எம்பெருமான் ஸ்ரீமன் நாராயணன் உலகளந்தவாவியன் ஸ்ரீ கிருஷ்ணன் கீதையின் சாரமாகச் சொன்னது இதுதான். ஆனால் என்ன “தொன்று தோன்றியவை யாவும் நன்றாகா” என்ற முதுவாக்கின்படி புரட்டிப் போடப்பட்ட விஷயங்கள்

நடைமுறைப்படுத்தப்பட்டால் அதுவே போதும். மாக்சிம் கார்க்கியைப் பற்றி, அவரது கருத்துக்கள் பற்றி, அவரது கலைகள் பற்றி தமது முதல் நூலாகிய 'விமரிசனக் கலை' நூலில் இப்படிச் சொல்கிறார்.

'கார்க்கியின் எழுத்து ஒவ்வொன்றும் ஒரு பயனுள்ள மரச்சாமான் போன்றது. மேசை, நாற்காலி போன்ற உபயோகம் உள்ள அவரது கலைப்படைப்புகள் தனித்தன்மை வாய்ந்தது. ஆம், இலக்கியமாயினும் விமரிசனமாயினும் அது விரிந்த பொருளில் பயன்பட பொருளாய் உபயோகிக்கக்கூடியதாய் அசைக்கமுடியாத மாறாத்தன்மை உடையதாய், இருக்க வேண்டும் என்பதில் எந்த சந்தேகமும் இல்லை. அழுத்திச் சொல்கின்ற சாரமற்ற வாழ்க்கையிலிருந்து விடுதலை வேண்டும். இலக்கியம் என்ற பெயரில் உண்மையைவிட்டு வெகுதூரம் பயணம் செய்யலாகாது. வாழ்க்கையை மறுமுறை உணர்த்த வேண்டும்' என்ற மாக்சிம் கார்க்கி-கடைசி காலத்தில் என்ன ஆனான்? என்பது பற்றி தமிழில் யாராலாவது அந்த சோகக்கதை சொல்லப்பட்டிருக்கிறதா? பட்டாபிஷேகத்தை ராமாயணத்துடன் முடிக்கிற மரபுள்ளவர்களல்லவா பைந்தமிழர்கள்? உடைந்து சிதறும் உண்மைகள் பற்றியதோ, பூமியில் புதையுண்டு போகும் கதையைப் பற்றியோ அவர்களுக்கென்ன கவலை? எனவேதான், க.நா.சு. மறைந்த பின்பு, அவரைப் பற்றிப் பேச ஆரம்பித்தார்கள் தமது நீண்ட கட்டுரையில் க.நா.சு. எழுதுவதே அபத்தம் என்று புலம்பினார்கள். எழுதத் தெரியாது என்றும் சொன்னார்கள். புதுமைப்பித்தன் தன் இறப்புக்குப் பின்னால் என்ன செய்ய வேண்டும் என்பதை....

> **"இத்தனைக்கும் மேலே ஒன்று ஐயா**
> **செத்த பின்பு சிலையில் வடித்து வையாதீர்**
> **வானத்து அமரன் காண் வந்தான் காண்**
> **வந்தவன் போல் போனான் காண் என்று புலம்பாதீர்**
> **அடியேனை விட்டுவிடும்"**

என்று கவிதையில் சொல்லியிருப்பது மாதிரியே க.நா.சு.வும் தனக்குப்பின் என்ன செய்ய வேண்டும் என்பதை கவிதையில் உயில் எழுதி வைத்திருக்கிறார். இன்பமயமான படைப்பு அது. க.நா.சு. சமகாலத்து எழுத்தாளர்களைப் போலவோ இளைஞர் களைப் போலோ அல்ல. புதுமைப்பித்தன் சொன்னதைப் போலவோ, அவர் ஒரு பிரமுக எழுத்தாளர் அல்ல. திட்டலுக்கும், தூற்றலுக்கும், அள்ளிவாரிக் கொட்டலுக்கும் வாழ்ந்த காலம் முழுக்க ஈடுகொடுத்தவர். முழுக்க, முழுக்க அறிவை நம்பியவர். உணர்ச்சி வயப்படும்போதுகூட அறிவை நம்பி வழிபட்டவர்.

வேதாந்தி, அத்வைதி அவைகளில் வாழ்க்கையை தரிசித்தவர். எனவே குருசிஷ்ய பாவத்திலோ, தனக்குப் பின் தன் கொள்கை களை ஆதரிக்கிற ஒரு சிலரையேனும் உருவாக்க வேண்டும் என்ற எண்ணமோ இவருக்கு எழுந்ததில்லை. 70வது வயதுக்கும் மேலும்கூட சென்னையில் பத்திரிகையில் தனது கட்டுரை களைக் கொண்டு போய்க் கொடுக்க யாரையும் துணை தேடிய தில்லை. பரட்டைத் தலையுடன் கோணல் மாணலான வேட்டிக் கட்டுடன் நீண்ட 'தொளதொளத்த' சட்டையணிந்து தினமணி ஆபீஸுக்கு க்ளப் ஹவுஸ் ரோடு வழியாக அசைந்து அசைந்து அவர் நடந்து செல்லும் காட்சி இப்போதும் என் மனக்கண்முன் விரிகிறது. யாராவது ஒரு இளைஞர் கூட வந்து அவரை ரோட்டின் அக்கரைக்குக் கொண்டு விடும்போது, அவர் கேட்கும் கேள்வி திடுக்கிட வைக்கும். 'நீங்களும் எழுத்தாளரா என்ன?' என்ற கேள்விதான் அது. வந்தவர் அசடுவழிய ஒத்துக் கொள்வார். அவரது அந்த எதிர்பாராத சந்திப்பு தொடரும் சில நாட்களிலேயே முறியும். க.நா.சு. வீட்டுக்கு அடிக்கடி போய் உதவுகிற ஒரு சிலர் கூட கொஞ்சகாலத்துக்குள் காணாமல் போய்விடுவார்கள்.

இலக்கிய விமரிசனத் துறை என்பது செய்தித் துறையாகத் தான் தமிழில் உருவாகியிருக்கிறது. இலக்கிய விமரிசனம் ஒரு அழகியல் சார்ந்த துறைாகக்கூட தமிழில் எழுத முடியவில்லை. ஆரம்பகால 'எழுத்து' பத்திரிக்கையில் சி.சு. செல்லப்பா, வெங்கட் சாமிநாதன், டி.கே. துரைசாமி எனும் நகுலன், தருமு சிவராமு ஆகியோர் இரண்டு, மூன்று ஆண்டுகளிலேயே விமரிசனம் எழுதுவதை தனிப்பட்ட கலைப்படைப்பாக நிறுத்திவிட்டு விருப்பு வெறுப்புகளை ஏற்றி விவாதிக்கும் மேடையாக ஆக்கிக் கொண்டுவிட்டார்கள் என்பதை 'எழுத்து' பத்திரிக்கையில் கூர்ந்து படித்தால் தெரியவரும். இளைஞர்கள் க.நா.சு.வை நெருங்கி அவர்மூலம் ரசனையனுபவம் பெற்றனர். ஆனால், இதமான முதுகு சொரிதலுக்கும் தட்டிக்கொடுக்கும் வாய்ப்புக்கும் அங்கு நேரம் குறைவு. ஆரம்பத்தில் க.நா.சு. அதைச் செய்து வந்தார். காலக்கிராமத்தில் அதன் அபாயத்தை மிகத் தெளிவாக உணர்ந்தவரும் அவர்தான். அவரால் உருவான பல இளைஞர்கள் கார் காலத்தில் பேச்சற்றுப் போனார்கள். இது க.நா.சு. பலமாகவும், பலவீனமாகவும் இந்திய இலக்கியத்தில் தொடர்ந்து பணிபுரிந்த சேஷாத்திரி ஐயர், முண்டசேரி மாஸ்டர், குட்டி கிருஷ்ணமாரார், சுநீதிக்குமார் சட்டர்ஜி, குன்ஹன்ராஜா, சூரநாட்டு குஞ்சன்பிள்ளை, விஸ்வநாத சத்யநாராயணா, பாலகும்மி பத்மராஜு ஆகிய பல பிற இந்திய மொழி விமரிசகர் களுடன் ஒப்பிட்டுப் பார்த்தால் க.நா.சு.வின் தன்னந்தனியான வழிநடைப்பயணம் புரியவரும்.

அத்தியாயம்-9

க.நா.சு.வும் கவிதையும்

1930வது ஆண்டு தினமணி தீபாவளி மலரில் க.நா.சு. விடம் ஏதாவது எழுதிக் கொடுங்கள் என்று கேட்டார்கள். சரி, புதுக் கவிதை எழுதித் தருகிறேன் என்று க.நா.சு. சொன்னபோது தினமணியிலிருந்த துணை எழுத்தாளர்கள் லேசாக சிரித்தனர். ஏனென்றால், அப்போது 'புதுக்கவிதை என்ற நாமதேயமே' தமிழில் இல்லை. புதுக்கவிதை பிதாமகராகக் கருதப்படும் கு.ப. ராஜகோபாலன், ந.பிச்சமூர்த்தி போன்றோரின் கவிதைகள் கூட ஏற்கப்படவில்லை அல்லது எழுதப்படவில்லை. க.நா.சு. வாவது, கவிதை எழுதவாவது என்று வித்வான் ஒருவர் (தமிழ்ப் பகுதியில் திருத்துநராகப் பணியாற்றியவர்) கேள்வி கேட்டு, கேலியும் செய்தாராம். க.நா.சு. அதற்கு முன்பே புதுக்கவிதை எழுதி பத்திரிகைகளுக்கு அனுப்பி மறுதலிக்கப்பட்டவர்தான். 'மணப்பெண்' என்ற அந்தக் கவிதை எப்படியோ அந்த மலரில் இடம்பெற்றுவிட்டது. அதற்குப்பின் க.நா.சு.வின் கவிதையை பிரசுரிக்க வேறு பத்திரிகைகள் முன்வரவில்லை. 'பேரன்பு' என்ற கவிதை நாடகத்தைக்கூட அவர் அப்போது எழுதி அச்சாக்க முடியாமல் கிடந்தது. எழுத்தாளர் மௌனி சொல்லுவாராம். "முழுக்க முழுக்க புத்தியை நம்பி உம்மால் கவிதை செய்ய முடியுமா என்ன?" அவரது சமகால எழுத்தாளரான மௌனி, கடைசி வரை கவிதையை நம்பவேயில்லை. புதுமைப்பித்தனோ அவரது சீடர் ரகுநாதனோ மரபுத்தமிழில் இலக்கண சுவையி லிருந்து கடைசி வரை மீளமுடியவில்லை. பிச்சமூர்த்தியும், கு.ப. ராஜகோபாலனும் வல்லிக்கண்ணனும், அப்புலிங்கமும், துரை சாமியும் முழுக்க முழுக்க உணர்ச்சியை நம்பி புதுக்கவிதைகளில் தங்கள் சோதனைகளை நடத்தியவர்கள். இவர்களுக்கும் லேசில் அங்கீகாரம் கிடைக்கவில்லை. தமிழின் மூடமௌடீகப் புலவர்கள் கவிதையெனும் சாம்ராஜ்யத்தை தமிழில் சிற்றூராக்கி வைத்திருந் தனர். க.நா.சு.வுக்கோ எல்லாமே சந்தேகம்தான். புதுமைப் பித்தனுக்கு கம்பராமாயணம் கவிதையாகப்பட்டது. சங்கப் பாடல்கள் கவிதையாகப்படவில்லை. கம்பனின் ஓசை, ஒலிச்சுகத்தில் சொக்கிப் போய்விட்டார். எனவே புதிய யாப்பு வடிவம் ஒன்றை

உருவாக்க புதுமைப்பித்தன், ரகுநாதன் போன்றோர் முயன்று வந்தபோதே க.நா.சு. அதை நம்பமுடியாமல் தவித்தார். இந்த சந்தேகங்களுடன் யாப்பு என்பதை நவீனத்தமிழ் எழுத்தாளர்கள் கற்க முயன்றார்கள். யாப்புக்குப்பட்ட கவிதைகளை எழுதமுடியும். எங்களுக்கும் அது தூரம் அல்ல என்று நிரூபித்தார் ந. பிச்சமூர்த்தி. அவரது யாப்பமைதிக்குட்பட்ட கவிதைகளை குப. ராஜகோபாலன் போன்றோர் விநோதமாகப் பார்த்தனர். அப்புலிங்கம் என்ற கலைவாணன் யாப்புக்குள்ளேயே முதலில் சாதனைகள் நிகழ்த்திக் காட்டி பின்னர் இருண்டு போனார். ஒருபுறம் தமிழ்ப் புலவர்களும் பண்டிதர்களும் யாப்புக்குள் அடங்காத கவிதையை 'விஜிடபிள் பிரியாணி', 'கோவேறு கழுதை' என்று கிண்டல் செய்தார்கள். இன்னொரு புறம் தமிழில் புதுமை செய்ய வேண்டுமென்று விரும்பினாலும், முழுக்கமுழுக்க யாப்பை உடைக்கக்கூடாது. புதிய யாப்புக்குட்பட்ட கவிதை வடிவத்தை உருவாக்க வேண்டுமென்று புதுமைப்பித்தன் போன்றோர் விரும்பினார். அதைப் பின்பற்றி ஒரு மரபை உருவாக்க தொ.மு.சி. ரகுநாதன் கடுமையாக முயன்றார். அவர்களும் தொடர்ந்து அந்தக் காரியத்தை செய்ய முடியாமல் பழைய மரபுக்கவிதைக்கே திரும்பினார்கள். கலிவெண்பாவை உடைத்து, வஞ்சிப்பாவை இழைத்த முயற்சிதானே இது என்று கேலியும் செய்யப்பட்டார்கள். மீண்டும் க.நா.சு. வின் கவிதை தினமணி இதழில் வெளிவந்த போது பலர் வெகுண்டனர். தவறான ஊக்கமூட்டல் என்றனர்.

ந. பிச்சமூர்த்தியும், கு.ப. ராஜகோபாலனும், வல்லிக் கண்ணனும் தொடர்ந்து புதிய முயற்சிகளில் இறங்கினர். முழுக்க முழுக்க பழைய யாப்பு முறைகளை புறக்கணித்து எழுத முயன்றனர். என்றாலும் தமிழ்ப் பத்திரிகைகளில் இதற்குப் போதிய ஆதரவுமில்லை. இந்தக் குழப்பத்தில் க.நா.சு.வும் எழுதி எழுதி உருமாறிவந்தார். இவருக்கு யாப்பு பெரிய தடையாயிருந்தது. இன்னொருபுறம் யாப்பை உடைப்பது சரியா? என்ற கேள்வியும் க.நா.சு.வுக்கு இருந்தது. அதனால் அவர் கவிதை எழுதுவதை சிறிது காலத்திற்கேனும் நிறுத்தி வைத்து நிறைய அதுபற்றி படித்தார். என்றாலும் அவரது சந்தேகங்களைத் தீர்க்க அவைகள் போதுமானதாக இல்லை. எனவே, நல்ல கவிதைகள் எழுதிக் கொண்டிருந்த மரபுக்கவி சிலரை அவர் அணுகி தொடர்ந்து உசாவினார். யாரும் சரியான பதிலை அவருக்குத் தரவில்லை. தமிழ் போன்ற கல்தோன்றி மண் தோன்றாக் காலத்து பழைய மொழியில் புதுக்கவிதை சாத்தியமில்லையோ என்ற எண்ணமே பலருக்கும் மேலோங்கியது. கநா.சு.வோ வாழ்க்கையும் வாழ்க்கையின் சிக்கல்களும் சிடுக்குகளும் முடிச்சுகளும் கவிதையில் அவிழ்க்கப் பட வேண்டுமென்று தீர்மானமாகக் கருதினார். பாரதியார்

ஆரம்பித்துவைத்த வசன கவிதை அல்லது அவரே பெயரிட்ட காட்சிகள் இப்படி பேருருக் காட்சியாக வளரும் என்று யாரும் எதிர்பார்க்கவில்லை. 'பிக்ஷு' என்ற புனைபெயரில் கவிதை சோதனை செய்து கொண்டிருந்த பிச்சமூர்த்தி இவற்றைப் பற்றியெல்லாம் கவலைப்படவில்லை. க.நா.சு. சமாதானமடையாமல் தமிழில் மிகச்சிறந்த எழுத்தாளராகவும், கவிஞராகவும், மரபுக் கவிஞராகவும், பாடலாசிரியராகவும் திகழ்ந்த 'பாலபாரதி' ச.து. சுப்ரமணிய யோகியார் அவர்களை அணுகி இந்தக் கவிதை பிரச்னைகளை புதுக்கவிதை வழிகளை அவரிடம் விரிவாக க.நா.சு. விவாதித்தார். பாலபாரதி, ச.து.சு. யோகியார் அவர்கள் கலகலவென்று சிரித்து குழந்தைபோல் ஆர்ப்பரித்தார். "கவிதைக்கு மொழி என்பது ஒரு வாகனந்தான் வோய்"! இவர்களுடைய சாமியாட்ட இலக்கண உருட்டல் புரட்டல்கள் நிஜமான கவிஞனிடம் சாயாது. பருப்பு வேகாது" என்று ஓங்கி அடித்தார். அப்படியானால் இலக்கணத்தை விட்டுவிடலாமா, மரபைத் தூக்கி யெறிந்துவிடலாமா? என்று கேட்டார் க.நா.சு. உமக்கு தாடி ஒத்துக் கொள்ளுமா? மீசை ஒத்துக் கொள்ளுமா? கண்ணாடியிலா அதனைக் கேட்பீர்? தேவைப்பட்டால் மரபை வழித்தெறிய வேண்டியதுதானே ஐயா! எனக்கு முடி இருக்கிறது. இடமும், வலமும் போடுவேன். இரட்டைச்சடையும் போடுவேன். நீர் என்ன செய்வீர்?.. பாவம்!? நான் மரபிலும் கவிதை எழுதுவேன், புதுசிலும் கவிதை எழுதுவேன். இரண்டுங் கெட்டனான உரை-நடையிலும் கவிதை எழுதுவேன். இதெல்லாம் இல்லாத புதுமொழியிலும் கவிதை எழுதவேன். மொழி என்பது வெறும் வாகனம்தான். அது மோட்டார் ஆனால் என்ன? கட்டை வண்டியானால் என்ன? என்று சிரித்தார் யோகியார். அப்போது மரபுக்கவிதை செத்துவிட்டதா? என்று கேட்டார் க.நா.சு. மொழியே சாகிறதென்றால் மரபைப் பற்றி யாரைய்யா கவலைப் படுவது? சுத்தப் பைத்தியம் ஐயா நீர்! சாகாத மொழி என்று உலகத்தில் ஏதேனும் இருந்திருக்கிறதா, என்று க.நா.சு. விடம் கேட்டார். ச.து.சு. யோகியார், தொடர்ந்து, 'நீர் ஏதாவது ஒரு செய்திப் பத்திரிகையிலிருந்து ஒரு முழு பாரா (அ) முழு பக்கம் எடுத்துக் கொடுமேன். அதை நான் ஏதாவது ஒரு மரபு டப்பாவுக்குள் கொட்டித் தருகிறேன். அப்போது அது கவிதையாகி விடுகிறது. க.நா.சு.வின் முகம் பளீரென்று ஒளி வீசியது. அப்படியானால் எந்தச் செய்தியையும் தமிழில் உள்ள ஏதாவதொரு பாதாளத்திற்குள் கொட்டி ரொப்பி விடமுடியுமா? என்று கேட்ட க.நா.சுவைப் பார்த்து தலையிடிலடித்துக் கொண்டார் ச.து.சு. யோகியார் யாரோ உம்மை இப்படி பயமுறுத்தி இருக்கிறார்களோ! நீர் எந்தச் செய்தியை வேண்டுமானாலும் ஏதாவது ஒரு தமிழில் உள்ள பாவினத்திற்குள் மாற்றுவது வெகு சுலபம் ஐயா! தேவை

யில்லாத பகுதிகளை கத்திரியைக் கொண்டு வெட்டித் தள்ளி, தேவையானதை ஒட்டுவதைப் போல ஒட்டு வேலைதான் ஐயா யாப்பு என்பது. யாப்பைக் கண்டு கவிதை பயந்த காலம் போய் விட்டது. இனி, யாப்புதான் பயப்பட்டாக வேண்டும் என்றார் வீறுதுலுங்க ச.து. சுப்ரமண்ய யோகி என்ற அந்தக் கவிஞர். அப்படியானால் இன்று வந்த இந்தத் தலையங்கத்தை ஏதாவது ஒரு பாவினத்தில் அடையுங்கள் பார்க்கலாம் என்றார் க.நா.சு. இரண்டே நிமிடம் அன்றைய தினமணி தலையங்கம் நீண்ட ‘ஆசிரியப்பா’ ஆகிவிட்டது. ச.து.சு. யோகியார் சொல்லுவார், ‘தமிழை அழிக்க யாராலும் முடியாது. அதுவே ஓர் கவிதை. அதன் ஒலிகளெல்லாம் இன்பம். இந்தப் பண்டிதர்கள்தான் அதை ஒட்டிக் கொண்டிருப்பதாக கற்பனையில் ஏமாந்து கொண்டிருக்கிறார்கள். ஆனால் உண்மையில் தமிழின் சாரதி-பாரதியார்தான். பாரதியை மீறி ஒரு புதியபாதை தமிழுக்கு இல்லை என்றார் ச.து. சுப்ரமண்ய யோகியார். அன்றிலிருந்து க.நா.சுப்ரமண்யம் என்ற கவி புதுப்புதுக் கவிதைகனல்களை நெய்து காட்டினார். தமிழில் க.நா.சு.வின் கவிதைகளை ரசித்த இன்னொரு மனிதரும் இருந்தார். அவர்தான் கவிஞர் கம்பதாசன். இருவரும் தெருவில் நேரம் போவது தெரியாமல் கவிதை பேசித் திரிந்த காலம் உண்டு. ஒருநாள் அதே தெருவில் கம்பதாசன் செத்துக் கிடந்தார். க.நா.சு. தைரியமாக தன் கவிதைகளில் எழுதவும், அதைப்பற்றிப் பேசவும் பழைய தமிழ்க் கவிதையை படிக்கவும் துணிந்தார். பல கவிதைகள் அற்புதமாக அவருக்குள் இருந்து வெளிவந்தன. எழுதுவதில் உள்ள சுகமே க.நா.சு.வுக்கு கவிதைகளில்தானோ என்று தோன்றும். கவிதை நோட்டுகள் மட்டும் அவரிடம் ஏராளமாகக் கிடந்தன. பத்திரிகைகள் ஒதுக்கினாலும் கவலைப்படாமல் அவர் அவற்றை எழுதி வந்தார். பிற்காலத்தில் 1959 வாக்கில் ‘எழுத்து’ என்கிற பத்திரிகையை ஆரம்பித்த சி.சு. செல்லப்பாவுக்கு அவர் தந்த ‘தரிசனம்’ என்ற கவிதை ஈடு இணையற்ற கவிதையாகும். பிச்சமூர்த்தி தனது பு்துக்கவிதைகளை தொடர்ந்து கலைமகளில் எழுதிவந்தார். ஆனால் பிச்சமூர்த்தியின் கருகருவென்ற தாடியும், சுருண்ட அலைவீசும் பிடரி தாண்டும் தலைமுடியும், நெருப்புக் கண்களும் அவரை தமிழ்நாட்டு மாபெரும் கவியாக தோற்றத்திலேயே காட்டின. கநா.சுவும் அப்படி ஒரு கோலத்தை எடுத்திருக்கலாமோ என்று எனக்குத் தோன்றுகிறது. ஆனால் பழுதுப்பட்ட கண் களோடு, நாலுநாள் மழிக்காத முடியுடனேயே திரியும் க.நா.சு.வை ஒருகவிஞரின் தோற்றம் எப்படி வந்து தொற்றிக் கொள்ளும்? ஆனால் அந்த பிச்சமூர்த்திக்கும் கூட வேறு பத்திரிகைகள் அதிகமாக இடம் கொடுத்து விடவில்லை என்பதை இந்த இடத்தில் நினைவுகொள்ள வேண்டும். அதற்குள்ளாகவே,

இரண்டு மூன்று காவியங்களையே ந. பிச்சமூர்த்தி எழுதி விட்டார். 'மழையரசி' அவற்றில் மிகப் புதுமையானது. 'தாயும் குஞ்சும்' என்ற கவிதைக் காவியம் இன்னும் புதுக் கவிஞர்களுக்கு சவலாயிருக்கிறது. க.நா.சு.வும் தனக்கு பத்திரிகை இல்லாமலே தான் இரண்டு புதுக்கவிதைக் காவியங்களை எழுதினார். அவருக்கே ஒத்துவராததால் அதைக் கிழித்தெறிந்தார். அவற்றில் ஒன்று தான் பிற்காலத்தில் குறுகிய வடிவில் 'ஆ' வென்று முடியும் கவிதையாக வெளிவந்தது. அதற்குப் பின்னர் கு.ப. ராஜ-கோபாலனின் 'கருவளையும் கையும்' போன்ற நீண்ட கவிதைகள் வெளிவந்தன. 'எழுத்து' பத்திரிகைகளில் க.நா.சு.வின் மற்றொரு நீண்ட கவிதையும் வெளிவந்தது. அதற்குப்பின் 35 ஆண்டுகளுக்கு மேலாகவே புதுக்கவிதைக்கு பெரும் ஆதரவாகவும், வளர் நிலமாகவும், பயிற்சிகூடமாகவும், 'எழுத்து' பத்திரிகை அமைந்தது. இதைத் தொடர்ந்து புதுக்கவிதை என்பதற்கு ஒரு அந்தஸ்தும் ஆய்வும் கவிதையின்பமும் வளர்ச்சியும் வாய்ப்பும் கிடைத்தன. 10 ஆண்டுக் காலத்தில் 'புதுக்கவிதை தோற்றமும் வளர்ச்சியும்' என்ற புத்தகத்திற்காக வல்லிக்கண்ணனுக்கு சாகித்ய அகாடெமி பரிசு கிடைத்தது. விபரமறிய விரும்புகிறவர்கள் அந்நூலைக் கண்டுகொள்க!

இந்திய மொழிகளில் புதுக்கவிதைக்கு தமிழில் பெரும் வளர்ச்சி ஏற்பட்டது. சி.சு. செல்லப்பாவின் 'எழுத்து' பத்திரிகை யினாலும் அதைத் தொடர்ந்து வெளிவந்த க.நா.சு.வின் 'இலக்கிய வட்டம்' இதழினாலும்தான் என்றால் மிகையாகாது. க.நா.சு. தொடர்ந்து தன் கவிதைகளை எழுதிவந்தார். தனக்கென்று ஒரு பாணியையும் நிறுவினார். அவர் கவிதையைப் பற்றி எது கவிதை? என்ற கட்டுரை ஒன்றை 'சரஸ்வதி' இதழில் எழுதினார். அது இன்றுவரை கவிதைபற்றிய சிந்தனைக்கு மிகச்சிறந்த வழிகாட்டியாய் உள்ளது. அதுதவிர இலக்கிய வட்டம் இதழ்களில் கவிதை பற்றி அவர் எழுதிய அனுபந்தங்களும் அபாரமானவை. புதிய புதிய சோதனைகளையும் க.நா.சு. தன் கவிதையில் செய்து வந்தார். அவரது வெளியீட்டு முறை நேரடியானது. கற்பனைச் சரக்கு குறைவானது. அறிவின் இன்பம் புரிந்தது. தமிழ்ப் புதுக்-கவிதையில் நேரடியான வெளியீடு, அழகியலில் புதிய பரிணாமத்தை தந்தது. புதிதாக கவிதைத் தொகுப்புகள் வெளியிடும் இளைஞர்கள் மலிந்தனர். 'கசடதபற', 'நோக்கு' போன்ற பல புதிய பத்திரிகைகள் இலக்கியத்திற்கெனவே தோன்றின. ஆரம்பத்தில் புதுக்கவிதையை எதிர்த்து வந்த இலக்கியப் பத்திரிகைகளும், கொஞ்சங் கொஞ்சமாக மாறி புதுக்கவிதையை நிறைய வெளியிட ஆரம்பித்தன. 'எழுத்து' பத்திரிகையில் வெளிவந்த முதல் கவிதைகள் புத்தகமாக தொகுக்கப்பட்டு சி.சு. செல்லப்பாவாலேயே ஏ.பி. என்னும்

'எழுத்துப் பிரசுரம்' வெளியிடாக தமிழின் முதல் புதுக்கவிதைத் தொகுப்பு 'புதுக்குரல்கள்' எனும் தலைப்பில் வெளிவந்தது. அதில் க.நா.சு. வின் கவிதைகளும் இடம் பெற்றிருந்தன. இதைத் தொடர்ந்து ஆரம்பத்தில் மறுதலித்த கம்யூனிஸ்ட் பத்திரிகைகள் 'தாமரை' முதலான அவர்களது எல்லாப் பத்திரிகைகளும் புதுக்கவிதைகளை வெளியிட, மரபுக்கவிதைகள் அறவே இல்லாமல் மறைந்தன. மரபுக் கவிதைகள் எழுதுகிறவர்கள் கூட வேண்டா வெறுப்புடனேயாவது புதுக்கவிதையைக் கட்டி அழ முற்பட்டனர். அங்கிருந்து புதுக்கவிதை திரைப்படத்துறைக்கு சென்றது. கம்பதாசன் பத்திரிகைகளில் வசனகவிதை என்று எழுதினார். பலர் புதுக்கவிதைப் பக்கம் தாவினார்கள். நாங்கள்தான் புதுக்கவிதைகளின் மூலப்பிதாக்கள் என்றார்கள். நூற்றுக்கணக்கான புதுக்கவிதைத் தொகுதிகள் வெளியிடப்பட்டன. அரசு பாடநூல்களில் புதுக்கவிதையும், புதுக்கவிதை விமரிசனமும் இடம்பெற்றன. க.நா.சுப்ரமண்யம் அவர்களின் புதுக்கவிதை இவையனைத்திலிருந்தும் வேறுபட்டவை என்பது அவரது முதல் தொகுதியான 'மயன் கவிதைகள்' வெளிவந்தபோதுதான் தெரிந்தது. க.நா.சு. வின் முதல் புதுக்கவிதைத் தொகுதியை வெளியிட்ட ப்ரகாஷ் அகில இந்திய கவிதைப் பரிசான கேரள இலக்கியாசிகர்களின் 'ஆசான் அவார்டு' 1965 இல் பெற்றார். இதைத் தொடர்ந்து கவிதையில் புதுக்கவிதை அந்தஸ்து வேறு ஒரு வழியாக தமிழை பாதித்ததாக க.நா.சு. அபிப்பிராயப் பட்டார். முற்றாக எல்லாப் பத்திரிகைகளிலும் புதுக்கவிதைகள் ஏற்றுக் கொள்ளப்பட்டு மரபுக்கவிதைகள் எழுதுகிறவர்களும் குறைந்து, நம்பிக்கையும் கரைந்து சிதிலமடைந்தது என்பதை யாரும் மறக்க முடியாது. புதிய இளைஞர்கள் பொதுவுடைமை தத்துவவாதிகள் 'பராசக்தி'வழிபாட்டுக்காரர்கள், தேவி மஹாத்மியக்காரர்கள் எல்லோரும் புதுக்கவிதையை ஏற்றனர். பாராட்டினர். புதுக்கவிதை நவீனகாலத்துக்கேற்ப ஜனநாயக அந்தஸ்து பெற்றது. திருப்பதி தேவஸ்தானம், திருமலை வெளியீடாக ஸ்ரீனிவாசப்பெருமாள் மகாத்மியத்தை முதன்முதலாக புதுக்கவிதையில் வெளியிட்டது. இந்தத் தமிழ்க் கவிஞர் தமிழில் எழுதிய புதுக்கவிதை தெலுங்கிலும் மொழிபெயர்க்கப்பட்டது என்பது குறிப்பிடத்தக்க விஷயம். இந்தக் கவிஞர் பெயர் இளங்கோவன் என்பதாகும். இந்த களேபரங்கள் தோன்றுவதற்கு முன்பே க.நா.சு.வின் இரண்டாவது புதுக்கவிதைத் தொகுதியும் வெளிவந்தது. தொடர்ந்து முதல் தொகுதியின் இரண்டாவது பதிப்பும் வெளியிடப்பட்டது. இவ்வளவு விபரமாக புதுக்கவிதை பற்றி சொல்லிக் கொண்டு போவதன் காரணம் க.நா.சு.வின் புதுக்கவிதைகள் வேறுபட்ட புதுப்பார்வை கொண்டவை. விரிவான விமரிசனத்துக்கும் ஆய்வுக்கும் உரியன

என்பதனால். க.நா.சு.வின் எல்லா நூல்களைப் போலவும் வெளியிடப்பட்ட இந்தக் கவிதை நூல்களும் காலத்தின் கணிப்புக்கும் விமரிசனத்துக்கும் காத்திருக்கின்றன. கவிதை நோட்டுகள் இன்றும் நிறைய அச்சுக்காகக் காத்திருக்கின்றன. நான் பார்த்தே 25 நோட்டுகள் இருக்கும். ஆனால், தமிழ் எப்போதும் போல் கடல்கோள் கொண்ட கவிதைகள் பற்றி கவலைப்படாததைப் போலவே இந்தக் கவிதை நோட்டுகளைப் பற்றியும் கவனம்கொள்ளப் போவதில்லை க.நா.சு.வின் ஒரு கவிதை இப்படிக் கேட்கிறது.

"சூரியனே!
என்னை வெட்டிச் சாய்க்க
முடியுமா உன்னால்?
சாக்கடை நீரில்
என் நிழல் தெரிகிறதே...
அதையாவது வெட்டிச் சாய்க்க
முடியுமா உன்னால்?
நான் சாய்வேன் என்று
நினையாதே நீ.....!

அத்தியாயம்- 10

க.நா.சு.வின் ரசனையும் விரிந்த பார்வையும்

க.நா.சு.வின் ரசனை மிகத் துல்லியமான கண்ணோட்டம் உடையது. முப்பத்தைந்து வருடங்களுக்கு முன்னால் தஞ்சாவூரில் ஒரு தெருவழியாகப் போய்க் கொண்டிருந்த போது 'சடக்' கென்று நின்று எதையோ உற்று காது கொடுத்துக் கேட்டார். ஐயங்கடை வீதியில் அது ஒரு சந்து. நானும் க.நா.சு.வும் நடந்து கொண்டிருந்த வேளை. அது மெல்லியதாக ஒரு நாதஸ்வர ஓசை. எனக்கும் அப்போதுதான் கேட்டது. சற்றும் யோசியாமல் அந்த வீட்டுக்குள் புகுந்துவிட்டார் க.நா.சு. 150 வருஷத்திய பெரிய தூண்கள், விதானங்கள், கண்ணாடிலஸ்தர்குண்டுகள், மணி-ஜாடிகள், எல்லாம் சரம் சரமாகக் கோர்க்கப்பட்டு தொங்கும் விதானம். நடுவில் ஒரு முற்றம். முற்றத்தில் ஒரு பட்டு ஜமக்காளம். ஜமக்காளத்தின் மீது ஒருவர் அமர்ந்திருக்கிறார். வயது 80 அல்லது 90 இருக்கலாம். அவர் வாயில் நாதஸ்வரம். கநா.சு.வையும் என்னையும் பார்த்ததும், யாரு? என்று கேட்டபடி எங்களை நிமிர்ந்து பார்த்தார். 40 வருஷத்துக்கு முன்பு நாங்கள் இந்த வீட்டில் குடியிருந்தோம். அப்போது நான் சின்னப்பையன். அப்பா பேர் நாராயணசாமி ஐயர் என்றார் க.நா.சு. உள்பக்கம் திரும்பிய கிழவர்- விசாலம்! அந்த வெத்தலைச் செல்லத்தை எடுத்துட்டு வா. காப்பி போட்டாச்சா? காபி கொண்டா. அப்போது பகல் மணி 12 இருக்கலாம். அந்த நேரத்தில் காபி சாப்பிடுகிற பரவசம் எத்தனை பேருக்குப் புரியும்? அப்போ நீங்க மாடியிலே குடியிருந்தேளோ? கீழே ஒரு ஐயர் கடைகூட இருந்தது. ஹோட்டல் கிளப். நாங்க பக்கத்து வீட்லேயிருந்தோம். உங்களுக்கு மறந்து போயிருக்கலாம் என்றது கிழம். க.நா.சு. முகத்தில் வெளிச்சம். வீட்டுக்குள் இருந்து அழகான பெண் ஒருத்தி புராதன வேலைப்பாடமைந்த செட்டிநாட்டுத் தாம்பளம் ஒன்றில் மூன்று எவர்சில்வர் தம்ளர்களில் காப்பி, மறுகையில் ஒரு வெள்ளி வெற்றிலைச் செல்லம். அதற்கொரு வெண்கலத்தாம் பாளம் ஆகியவற்றோடு என்னைப் பார்த்து, நீங்க எப்படி இங்கே? இவுரு யாரு? என்றபோதுதான் நான் அந்தப் பெண்ணின் தலை-முறையை சேர்ந்தவன் என்று ஞாபகம் வந்தது. அந்தப் பெண்

என்னைத் தெரிந்திருந்தாள். என் குடும்பத்தை தெரிந்திருந்தாள். 40 வருடத்திற்கு முந்திய க.நா.சு. வை எப்படி அறிந்திருப்பாள்? 40 வருடங்களுக்கு முன்னால் கல்யாணசுந்தரம் பள்ளிக்கூடத்தில் க.நா.சு. படித்துக் கொண்டிருந்த வேளையில் இந்த வீட்டில்தான் க.நா.சு.வின் குடும்பம் மாடிப் போர்ஷனில் குடியிருந்தது. கீழ்ப்-போர்ஷனில் ஒரு ஐயர் ஹோட்டல் வைத்திருக்கிறார். க.நா.சு. மேல் முற்றத்தின் வழியாக கயிறு கட்டிய கூடை ஒன்றில் என்ன வேண்டுமோ அதை எழுதி சீட்டுப் போட்டு தண்ணீர் இறைப்பது போல் கீழே அனுப்புவர். ஹோட்டல்கார ஐயர் தேவைப்பட்ட போதெல்லாம் காபி, ஸ்வீட், காரம் ஆகியவற்றைக் கூடையில் வைத்து அனுப்புவார். அந்தக் காலத்தில் ஹோட்டல்களுக்குப் பெயர் பெற்றது தஞ்சை மாவட்டம். சொல்லப்போனால் அவை ஹோட்டல்களே அல்ல. வீட்டுப் பலகாரங்களைவிட ருசிகரமாகவும் சுத்தமாகவும் ஒருவிதமான தரத்துடனும், சின்னச் சின்னக் கடைகளில்கூட அருமையான உணவுப் பண்டங்கள் கிடைத்து வந்தன. இப்போது அதற்கு நேரெதிர் மாறாக நிலைமைகள் உள்ளன. க.நா.சு.வின் காப்பிச் சுவை பிரசித்தமானது. நல்ல கசப்புடனும் நல்ல இனிப்புடனும் சர்க்கரை தூக்கலாக அதற்கு மேல் கசப்பாக உள்ள காப்பி க.நா.வுக்கு மிகப் பிடிக்கும். அவர் தங்கியிருந்த ஊர்களிலெல்லாம் எந்தெந்த இடத்தில் காப்பி நன்றாக இருக்கும்? எந்த இடத்தில் தோசை நன்றாக இருக்கும்? எந்த இடத்தில் சாம்பார் நன்றாக இருக்கும்? என்று குறித்தறிந்து வைத்திருப்பார் க.நா.சு.

1980 வாக்கில் அவர் பாண்டிச்சேரியில் பல்கலைக்கழகத்தில் வருகைதரு பேராசிரியாராகப் பணிபுரிந்த காலத்தில் கூட அவர் பாண்டிச்சேரியில் ஒரு சின்னக் கடையை கண்டுபிடித்து வைத்திருந்தார். பல்கலைக் கட்டிடத்துக்குக் கீழேயே ஒரு வாடகைச் சார்பில் இருந்த சிறிய கடை அது. ஒருபுறம் பல்கலைக் கழகத்து நூல்களை வாயுவேகமும் மனோவேகமுமாய் படித்துத் தள்ளிய க.நா.சு.வைப் பார்த்து பல்கலைக்கழகத் துணைவேந்தர் வேங்கட சுப்பிரமணியன் அவர்களும் எழுத்தாளர் இந்திரா பார்த்தசாரதியும் வியப்பாகச் சொல்லுவார்கள். "இந்த வயதில் என்ன வேகமாகப் படிக்கிறார்?" எத்தனை காப்பி குடிக்கிறார்? க.நா.சு. வுக்கு சர்க்கரை நோயும் நீரிழிவு நோயும் இல்லை. வடநாட்டு குளிரும் பனியும் அவரை பாதித்திருந்தது. 'கல்கல்' என்று இருமுவார். எங்காவது செமினார் இலக்கியக்கூட்டம் என்று போகும் இடங்களில்கூட தெரிந்தெடுத்த கடைகளில்தான் உணவு உண்ணுவார். வீட்டுச் சாப்பாட்டில்- நண்பர்கள் இல்ல சாப்பாடு உட்பட அவருக்குப் பிடித்தமானது. போகும் இடங்களி லெல்லாம் ருசி தேடியலையும் அவர் குணத்தை எல்லா

இலக்கியாசிரியர்களும் கேலி செய்வதுண்டு. ஆனால் அவர் கருத்துக்களை கேலி செய்ய முடிந்ததில்லை. ஒருமுறை புதுமைப் பித்தன் வரலாற்றை மிகச் சிறப்பாக, ஒரு கதாநாயகன் பலம் தொனிக்க ஒரு தீர சூர பராக்கிரமரை சித்திரிப்பது போல சித்திரித்து தொ.மு.சி. ரகுநாதன் தனது குருவாகிய புதுமைப் பித்தனை கௌரவித்திருந்தார். அது விமரிசனத்துக்குக் க.நா.சு.விடம் கொடுக்கப்பட்டது. அப்போது க.நா.சு. எழுதிய விமரிசனம் அவர் ரசனைக்கு ஓர் எடுத்துக்காட்டு. புதுமைப்பித்தன் ஒரு சோஷலிச எதார்த்தவாதி, அறிவியக்கவாதி என்பதை நிரூபிக்க ரகுநாதனுக்கு 300 பக்கங்களுக்கும் மேல் தேவைப்பட்டிருக்கிற தென்றால் அவர் புதுமைப்பித்தன் ஒரு கடவுள் பக்தர், ஒரு கவிதை ரசிகர், சாதாரணமான மனிதர், எல்லாவிதமான பலவீனங்களும் கொண்ட ஒரு இலக்கியவாதி என்பதை எழுதிக் காட்ட எனக்கு இன்னொரு நூறு, நூற்றைம்பது பக்கங்களே போதும். கூடியவிரைவில் புதுமைப்பித்தனைப் பற்றி நானே ஒரு வரலாறு எழுதுவேன் என்று க.நா.சு. எழுதிய விமரிசனம் பலருக்கு அன்றைக்கு ஒவ்வாமல் இருந்தது. ஆனால் இன்றைக்கு 1996 இல் புதுமைப்பித்தன் தன் மனைவிக்கு எழுதிய கடிதங்களின் ஓராண்டுக் தொகுப்பான 'கண்மணி கமலாவுக்கு'என்னும் நூலில் காணப்படும் புதுமைப்பித்தனின் உருவமும், க.நா.சு.வின் தீர்க்கமான ரசனை ஈடுபாடும் ஆழமான அகழ்வையும் ருசியையும் எடுத்துக்காட்டுவனவாய் அமைந்துள்ளது. புதுமைப்பித்தன் வறுமையால் பட்ட நோவுகளையும் தமிழர்களால் பட்ட வேதனைகளையும் சினிமாத்துறையினரால் பட்ட இழிவும் சொந்த சகோதரர்கள் என்று பழகிய எழுத்தாளர்கள் அவரை வஞ்சித்த காலத்தையும் புதுமைப்பித்தன் தன் எழுத்துக்களாலேயே விமரிசித்திருப்பது இவைகளெல்லாவற்றையும் ஒப்பிட்டுப் பார்த்து க.நா.சு.வின் ஆழ்ந்த ரசனையை அறிந்துகொள்ள அன்றைக்கே அவர் கொடுத்த ஆதாரங்கள் உதவுவதை உணர்ந்து அறிந்து கொள்ளலாம்.

க.நா.சு. கவிதைகளில் மட்டுமல்ல, நாவல் சமுத்திரத்திலும் முக்குளித்தவர். ஒரே நேரத்தில் அறுபது, எழுபது அயல்நாட்டு நாவல்களை அந்தந்த மூலமொழியிலிருந்தே மொழிபெயர்த்து வெளியிட்டவர். இதைக்கூட அவரது நண்பர்கள் நம்பாமல் மண்வாரித் தூற்றினார்கள். சமீபத்தில் வாழ்ந்த ஒரு கவிஞர்கூட க.நா.சு.வுக்குப் பிரெஞ்சு தெரியாது; ஸ்வீடிஷ் தெரியாது; என்றெல்லாம் கூறினார். மேலும், அவரது படைப்புகளைக் குறைத்து திறமைகளை அமுக்கி பலர் அவரைப் பற்றி அவதூறு செய்து வந்தார்கள். க.நா.சு. வைப் பார்க்க வெளிநாட்டிலிருந்து வரும் எழுத்தாளர்களைப் பொறாத அவரது பக்கத்துவீட்டு

எழுத்தாளர்கள் அவரை அவதூறு சொல்லி கேவலப்படுத்தியதும் உண்டு. அதைப்போல் இலக்கிய விமரிசனமாக நினைத்து மனப்பால் குடித்தவர்களும் உண்டு. ஆனால் க.நா.சு. இதை யெல்லாம் புறந்தள்ளி தன்னைப் பற்றி அவதூறுகளுக்கு அதிகம் உயர்த்தாத குரலில் 'கிடக்கிறார்கள் போ' என்ற நிலையில் பதில் கூறுவதும் உண்டு. அவரது தேர்ந்த ரசனையைக் காட்ட உதவும் சிறந்த உதாரணமாக இந்த நிகழ்ச்சிகளை நான் கருதுகிறேன். புதுமைப்பித்தன் மீதும் இது போன்ற தவறான ஆரோகணங்கள் உயர்த்தி வீசப்பட்டன. புதுமைப்பித்தன் மாப்பசானைக் காப்பியடித்தார். இன்னும் எண்ணிறந்த இலக்கியாசிரியர்களைக் காப்பியடித்துக் கதை எழுதி சம்பாதித்தார் என்ற குற்றச்சாட்டுகள் மூலம் அவதூறுகளை ஒரு பெரும் கூட்டம் சில ஆண்டுகளாகவே செய்து வந்தபோது தன்னந்தனியனாக நின்று அத்தனை பேருக்கும் ரசனை குறையாத அதே நேரத்தில் அழுத்தம் திருத்தமாக புதுமைப்பித்தனின் மீது ஆரோகணிக்கப்பட்ட குற்றங்களை சிதறடித்தார். அவரது சொந்த அவதூறுகளுக்குக்கூட பதில் சொல்ல அவ்வளவாய் முனையவில்லை. ஆனால் புதுமைப் பித்தன் பெயரை கடைசிவரை மாறாது காத்து உதவினார். ஆனாலும் புதுமைப்பித்தனின் நண்பர்கள் உட்பட அந்தச் சாதனையை கௌரவிக்காததோடு, புதுமைப்பித்தனின் தழுவல் கதைகள் என்று புத்தகம் வேறு போட்டார்கள். ஆனால் உண்மையில் புதுமைப்பித்தன் எதையும் தழுவவுமில்லை, சுயம் குறையவுமில்லை, தன்னை இழக்கவுமில்லை, காப்பியடிக்கவு மில்லை. தமிழ் இலக்கியத்திற்கு அழியாப் புகழை ஏற்படுத்திய புதுமைப்பித்தனுக்கு அவரது நண்பர்களே ஏற்படுத்தித் தந்த அவதூறு, அவர்களின் ரசனைக் குறைவை எடுத்துக்காட்டும். புதுமைப்பித்தன் வாழ்வதற்காகப் போராடிய போராட்டத்தை இந்த நிகழ்ச்சிகளிடையே காணலாம். அவர் பணமில்லாது தவித்த வேளைகளில் 4 கதைகளை மொழிபெயர்த்தது உண்மை. ஆனால் அதைப் பெயரிடாமல் புதுமைப்பித்தனின் பெயரிலேயே வெளியிட்டு அகௌரவப்படுத்தி மாறாத கறையை ஏற்படுத்தியது தமிழ்ப் பத்திரிக்கை உலகம். க.நா.சு. இந்த உண்மைகளைத்தான் பல்கலைக்கழக மேடைகளிலும் கட்டுரைகளிலும் ஓங்கி உரைத்து வந்தார். இதற்கு ஆதாரமாக தன்னையே முன்னிறுத்துவது வழக்கம். நான்கூட தழுவி எழுதுவதுண்டு. எழுதுவது எழுத்தாளனின் தொழில். ஆங்கில இலக்கியத்தில் முக்காலே மூணு வீசும் படைப்புகளும் பிற மொழிகளிலிருந்தோ மொழிபெயர்த்தோ தழுவியோ சேர்த்துக் கொண்டதுதான். ஆனால் புதுமைப்பித்தன் தழுவலை ஒத்துக் கொள்பவரல்ல. மொழிபெயர்ப்பையே அவர் ஏற்றுக் கொள்வார். எனவே அவருடைய படைப்புகளில் தழுவல்

என்பது அவர் செய்தது அல்ல. அவர் படைப்புகளை வெளியிட்ட பத்திரிகைகள் செய்தகோளாறு. புதுமைப்பித்தன் அப்பழுக் கற்றவர் என்று அசைவுறாது தன் வாதத்தை முன்வைத்த தீரமும், ரசனையும் எத்தனை பாராட்டினாலும் தகும். இன்றைக்கும் இதை மறுப்பவர்கள் இருக்கலாம். ஆனால் க.நா.சுவின் இந்த ஈடுபாட்டையும், ரசனையையும் யாரும் குறைத்து மதிப்பிட முடியாது.

க.நா.சு. சிறுகதைகள் நிறைய எழுதினாலும் பலவிதமான உத்திகள் நிறைந்த கதைகளை, பல்வேறு விதமான வகைகளில் விதவிதமான பத்திரிகைகளில் இவைகளை எழுதி சாதனை புரிந்தார். ஓங்கிய குரலில் எதையும் சொல்லாது உணர்ச்சி வயப்படாது, அறிவின் சாயலுக்கு மதிப்பு கொடுத்து எழுதப்படும் ஒருவிதமான இலக்கிய அமைதி க.நா.சு.வின் தனித்தன்மையால் இது பெரும்பாலானோரை வசீகரிக்கிறது. பல கதைகள் கதை களாகவே தோன்றாது. நிகழ்ச்சிகளாகவும் செய்திகளாகவுமே தோற்றமளிக்கும். அவைகள் ஒன்று மில்லாதது போன்ற தோற்ற முண்டு. ஆனால் மிக ஆழமான ஒரு முக்குளிப்பில்தான் இது தெள்ளத் தெளிய வரும். உதாரணத்துக்கு ஒரு சிறுகதை: "ஒரு பெண் எப்போது பார்த்தாலும் சிரித்துக் கொண்டிருக்கிறாள். மிக இனிமையான மணி குலுங்கும் சிரிப்பு. க.நா.சு. வீட்டுக்கு ஒருவர் வருகிறார். எத்தனை இனிமையான சிரிப்பு என்று வியக்கிறார். அந்தப் பெண் ஒரு விதவை என்று சொல்லுகிறார் க.நா.சு. அடப்பாவமே! அந்தப் பெண்ணுக்கு அது உணர்வில் தாக்கவில்லையா? என்ன ஜென்மம் இது! என்கிறார்கள் ஒரு அம்மா. சந்தோஷமாய் இருக்க வேண்டியதுதானே. உலகத்தில் சந்தோஷமாக இருப்பதற்குதானே இந்தப் பாடுகள் என்கிறார் க.நா.சு.வின் மனைவி. க.நா.சு சொல்கிறார்-அட! சந்தோஷம் என்பதுதான் என்ன? அப்படி இருப்பது போல் நினைத்துக் கொள்வதுதானே! துக்கம் என்பதுதான் என்ன? அப்படியே இருந்துவிடப் போகிறோமோ என்ன? எல்லாம் அப்படி இருப்பது போல் நம்புவதில்தானே இருக்கிறது என்று கதை முடிகிறது. வாழ்க்கை மிக லேசாகவும், ஏதோ பார்ப்பது போன்ற கவர்ச்சியுடன் சொல்லப்பட்டிருந்தாலும் கூட உண்மையில் மனித உணர்ச்சிகளின் அறிவாழத்திற்கு கொண்டு செல்லும் அற்புதமான கதை. மிக ஆழ்ந்து யோசித்து உணர வேண்டிய இலக்கிய நயம். வார்த்தை களுக்கிடையில் ஒருவிதமான அலட்சியம். ஏதோ கவனமில்லாமல் பிரிகிற ஒரு அசட்டுப்பெண்ணைப் பற்றிய கதை போல சொல்லப் பட்டிருந்தாலும் ஊழிப்புலை எழுப்பும் அற்புதமான கதை. ஆனால் எல்லோருக்கும் அல்ல. இதுபோன்ற விபரீதமான தத்துவார்த்தமான அபூர்வமான பல நூறு கதைகளை க.நா.சு.

எழுதியிருக்கிறார். ஒவ்வொரு கதையும் அதன் அனாயசமான அலட்சியப் படைப்புக்கு உதாரணம். சகஜமான வேகத்திற்கும் எல்லாக் கதைகளின் பொதுத் தன்மைக்கும் முரணான, ஆழமான சமுத்திரச் சூழலை மனித உள்ளத்தில் ஏற்படுத்தும் கதைகள், பஸ்ஸில் போகும்போது ஏற்பட்ட அனுபவங்கள் பலவற்றைத் தொடர்ந்து எழுதி இருக்கிறார். ஐயம்பேட்டையிலிருந்து தஞ்சாவூர் வரை தினமும் பயணம் செய்த நிகழ்ச்சிகளை தொடர்ந்து விடாமல் தினமணிக்கதிர் வார இதழில் எழுதி வந்தார். இப்படி பலரகமான மனித அனுபவங்கள் புலப்படும் சாதாரண காட்சி களாக அவை பலருக்கும் தோன்றுவதில் ஆச்சரியமில்லை. பிற்காலத்தில் விரிந்து, செறிந்து வளர்ந்த தமிழ்ச் சிறுகதை உலகில் இன்றும் புதுமை குன்றாத நிலையில் புது அனுபவங் களைத் தரும் க.நா.சு. வின் விரிந்த ரசனைக்கு எடுத்துக்காட்டாக இன்னும் பல ஆண்டுகளுக்கு அவை துணைநிற்கும். க.நா.சு. வெறும் எழுத்தாளர் மட்டுமல்ல. வாழ்க்கையை சிநேகித்த அதன் ரசிகர். வாழ்க்கையின் மேல்தளத்தில் இருந்து, கீழ்த்தளம் வரை ஊடுருவி அறிந்தாலும் எதிலும் சம்பந்தப்பட்டுக் கொள்ளாத ஜாக்கிரதை உணர்வு உள்ளனர். இதைப் பலர் சுயநலமென்றும் எண்ணலாம். ஆனால் ஒரு வேதாந்தியாக, அவர் தன்னைத் தெரிந்து கொண்டதிலிருந்து எதிலும் தன்னைக் கரைத்துக் கொள்ளாமல் நிலைநிறுத்திக் கொண்டு தன் பணியை செய்வதில் முக்கியம் என்ற கருத்தோட்டத்துடன் செயல்பட்டவர். அதற்காக யாரிடத்திலும் கைநீட்டி நின்றவரும் அல்லர், போராடியவரும் அல்லர். அவரது சம எழுத்தாளர்களான தி. ஜானகிராமன், சி.சு. செல்லப்பா, எம்.வி. வெங்கட்ராம், கரிச்சான்குஞ்சு போன்ற பலரும் க.நா.சு.வை ஒரு பெரியமனுஷ வீட்டு, பணக்காரப் பிள்ளையாகத்தான் பார்த்தார்கள். ஒவ்வொரு ஊரிலும் வரும் போதெல்லாம் யார்வீட்டுக்கும் போய் தொந்தரவு தரமாட்டார் க.நா.சு. கும்பகோணத்துக்கு வரும்போதெல்லாம் லாட்ஜ் ஒன்றைத் தேடி அங்குதான் தங்குவார். அங்கு இரவு வெகுநேரம் எழுதிக் கொண்டிருப்பார். அடுத்தநாள் காலையில் நண்பர்கள் வியப்படைவார்கள். வந்த இடத்திலுமா எழுதிக் கொண்டிருக் கிறீர்கள்? எழுதமுடியுமா? இதற்கு எவ்வளவு பணம் கொடுத்து விடப் போகிறார்கள்? இதற்காக இவ்வளவு செலவு செய்கிறீர்கள். இவ்வளவு வெள்ளையான தாள் வேண்டுமா? டைப்பிங் செய்ய வேண்டுமா? கையால் எழுதினால் போதாதா என்ன? டைப்படிப் பதால் என்ன லாபம்? என்றெல்லாம் தங்கள் அழுத்தமான அவல சந்தேகங்களை வெளிப்படுத்துவார்கள். க.நா.சு. ஒரு சிரிப்பு ஒன்றைத்தான் இதற்குப் பதில் தருவார். இன்றைய கோட்டா 25 பக்கம் முடிந்துவிட்டது என்றாலும் 5 பக்கம்கூட எழுதினேன் என்று சொல்லி பெருமை கொள்ளும் க.நா.சு. வின் பைத்தியம்

இன்றைக்கும் எத்தனை பேருக்குப் புரிந்துவிடப் போகிறது? க.நா.சு. எழுதும் களம் விரிந்தவை. அவருக்கு இலக்கியத்திற்கு அப்பாற்பட்ட விஷயங்களில்தான் அதிக ஈடுபாடு. அவருடன் பழகுவதற்கு மற்றவர்களுக்கு வெகுசுலபம். காரணம் அவரிடம் யாரும் எதைப்பற்றி வேண்டுமானாலும், எவ்வளவு நேரம் வேண்டுமானாலும் சுகமாகப் பேசிக் கொண்டிருக்கலாம். ஆனால் இலக்கியக்காரர்களுக்குத்தான் அவருடன் இலக்கியம் தவிர வேறு விஷயங்களைப் பேசமுடியாது. க.நா.சு. தன் விரிந்த ரசனைத்திறத்தால் எல்லோரையும் கவரத் தெரியாமல் போய் விட்டார். உண்மைத்தேட்டத்தில் அவருக்கிருந்த ஈடுபாடு வேறு விஷயங்களில் அவருக்கு இல்லாததால் வெகுஜனங்கள் விரும்புகிற பல்வேறு விஷயங்களில் அவருக்கு விருப்பமில்லாமலே போய் விட்டது. அதுதான் காரணம். ஆனால் அவர் எதிலிருந்தும் விலகி இருப்பதில்லை. க.நா.சு. எழுதி இலக்கியம் அல்லாத பல விஷயங்களின் தொகுப்பை அவர் வீட்டிலிருந்து பல நண்பர் களால் எடுத்துச்செல்லப்பட்டு முன்பே நான் கூறியதைப் போல திரும்பித்தராமலேயே போய்விட்டார்கள். பல நாவல்களை அவர் தொடர்ந்து எழுதிக் கொண்டேயிருந்தார். ஒன்றைப்போல் ஒன்றிராதபடி நடை வடிவம், உத்தி எனப் பல்வேறுபட்ட விஷயங்களில் வித்தியாசமான படைப்புகளை ஒருமுறை அல்ல ஒவ்வொரு நாவலையும் பல கோணங்களில் எழுதிப் பார்த்து பரிசீலனை செய்பவர் க.நா.சு. குங்குமம் பத்திரிகையில் இலக்கிய சாதனையாளர் என்ற தலைப்பில் அவர் கடைசியாக சென்னை வந்து தங்கியிருந்த சில மாதங்களில் அவர் நேரில் சந்தித்த சாதனையாளர்களை விமரிசனம் செய்யாது அதே சமயத்தில் நறுக்குபோல் அபிப்ராயங்களுடன் எழுதிய கட்டுரைகள் இன்றைய இலக்கியக்காரர்களுக்கு ஒரு வரப்பிரசாதமாய் விளங்குகிறது. வ.ரா. எழுதிய நடைச்சித்திரத்தைப் போன்ற வேகம் கொண்டது. சரபோஜி மஹாராஜாவில் இருந்து தொடங்கி ஆல்டஸ்ஹக்ஸ்லி வரை அவர் சந்தித்து உரையாடிய போன்ற உண்மைச் சம்பவங்களும், கற்பனைச் சம்பவங்களும் இலக்கிய நயத்துடன் இணைக்கப்பெற்று ஒரு புதுவடிவத்தில் கட்டுரைகள் வெளிவந்தன. க.நா.சு. வின் பட்டியல்களை மறுக்கின்றவர்கள் கூட இந்தக் கட்டுரைகளின் ஆற்றல்களைப் பாராட்டவே செய்தார்கள். ஒழிந்தான் என்று நினைத்த பலர் மீண்டும் வந்து அதே விஷயத்தை 30 வருடங்கள் கழித்து எழுதுகிறானே என்று வயிற்றெரிச்சல் பட்டார்கள். இத்துடன் க.நா.சு. நிறுத்தாமல் பழையபடி, பழைய பத்திரிகை அலுவலகங்கள் எல்லாம் சென்று மீண்டும் தன் இருப்பை நிரூபித்தார். துக்ளக் பத்திரிகையில் சோ. ராமசாமி இவரை உபயோகித்துக் கொள்ள விரும்பி எல்லாப் பத்திரிகைகளைப் பற்றியும் எங்கள் துக்ளக்கில் எழுதுங்களேன்

என்று கேட்டுவிட்டு தமாஷாகச் சிரித்தார். நிஜமாகச் சொல்கிறீர்களா? நான் அப்படி எழுதினால் வெட்டாமல் விலக்காமல் போடுவீர்களா? எனக்கு சந்தேகமாக இருக்கிறதே என்று கேட்டார் க.நா.சு. சோ. ராமசாமி எதையும் மாற்றாமல் குறையாமல் அச்சிடுவதாகச் சொன்னார். வந்தது வினை! ஒவ்வொரு வாரமும் ஒவ்வொரு தமிழ்ப் பத்திரிகை பற்றி மிகக் கடுமையான ஆனால் அழுத்தமான விமரிசனத்தை க.நா.சு. எழுதி வாரம் ஒரு பத்திரிக்கை வீதம் விரோதித்துக் கொண்டார். என்றாலும் 35 ஆண்டுகளுக்கு முந்தைய கநா.சு. இல்லை என்பதை தன் எழுத்தால் நிரூபித்தார். ஒவ்வொரு பத்திரிகையின் நிறை குறைகளைப் பற்றி அதுவரை தமிழ்நாட்டில் வேறெந்த பத்திரி கையிலும் விமர்சனம் என்று வந்ததே இல்லை. எல்லோருக்கும் ஒரே சுவாரசியம். க.நா.சு. ஒவ்வொரு பத்திரிக்கையாக வெளுத்து வாங்குகிறார் என்று சக பத்திரிகைளுக்கெல்லாம் படாகுஷி. ஆனால் அந்தந்த பத்திரிகைகள் தங்கள் நிலைகளைக் க.நா.சு. விமர்ச்சிக்கும்போது க.நா.சு.வைக் கடுமையாக ஒறுக்கவும் மறுக்கவும் முயன்றார்கள். க.நா.சுவோ தினத்தந்தியிலிருந்து, ராணிமுத்துவிலிருந்து யார் யார் கேட்டார்களோ எல்லோருக்கும் கட்டுரைகள், விமரிசனங்கள் தந்த வண்ணம் இருந்தார். புதிதாக ஆரம்பிக்கப்படும் பத்திரிகையும் அரசியல் பத்திரிகையும் கூட அவரிடம் தொடர்ந்து கட்டுரை வாங்கிப்போட ஆரம்பித்தன. இவை தவிரவும் ஓவியம், சிற்பம் போன்ற துறைகளிலும் கட்டுரைகள் எழுதினார். இந்தத் துறை எனக்கு அன்னியப்பட்டவை என்று கநா.சு. சொன்னால்கூட பரவாயில்லை எழுதுங்கோ என்றார்கள் இவை போக புதிதாக பத்திரிகைகளை ஆரம்பித்த பொள்ளாச்சி மகாலிங்கம் போன்ற பிரமுகர்கள் கூட க.நா.சு.வின் கட்டுரை களை வேண்டி விரும்பி வெளியிட்டார்கள். தினமணி வாரமலரில் இலக்கியம் பற்றி க.நா.சு.வின் கட்டுரைகள் இடம்பெறாத இதழ்களே கிடையாது. இதைப் போலவே சற்றும் குறையாத வேகத்துடன் புதிதாக ஆரம்பிக்கப்பட்ட ‘மதுரம்’, ‘ராஜம்’ போன்ற இதழ்களிலும் க.நா.சு. எழுதிக்கொண்டே இருந்தார். அவரது பரந்து பட்ட விமரிசனத்திற்கு தீனிபோட ஆங்கிலப் பத்திரிகைகளும் பின்வாங்கவில்லை. Hindu, Express ஆகிய 2 பத்திரிகைகளிலும் பழைய ஒரு நூற்றாண்டு சென்னையை பற்றிய நினைவுகளை அற்புதமான கட்டுரைகளாகத் தீட்டினார். பூரணமான சுதந்திரம் தருவதாகச் சொல்லி முதலில் வாக்களித்த சோ. ராமசாமி துக்ளக் பற்றிய விமரிசனக் கட்டுரை வந்தபோது க.நா.சு. வின் கட்டுரைகளை Black out செய்தார். வெளியிடப் படுவது நிறுத்தப்பட்டது. அங்கும் மனஸ்தாபம் நேர்ந்தது. குங்குமம் இதழில் 48 இலக்கிய முக்கியஸ்தர்களைப் பற்றி

எழுதிய பின் ஒரு முக்கியஸ்தரைப் பற்றி தவறாக எழுத வற்புறுத்தியபோது க.நா.சு. எழுதுவதை நிறுத்திவிட்டார். இவ்வாறு ஒவ்வொரு பத்திரிகையிலும் கருத்து வேறுபாடுகள் நேரும்போதும் க.நா.சு. விட்டுக்கொடுக்காமல் தனது உரத்தை நிலைநாட்டினார். அதனால் அவருக்கு நட்டம்தான் நேர்ந்தது. பணம் கொடுத்துக் கொண்டிருந்த பத்திரிகைகள் தயங்கி நிறுத்திக் கொண்டன. பழையபடி மூடமௌடீகத்திற்கு அவை துணைபோயின. இலக்கியப் பத்திரிகைகளிலும் இந்த முதுகு சொறிதலும், பகைவும் நேரவே செய்தது. மறுபடியும் க.நா.சு. டெல்லி சென்றார் ஏறத்தாழ 5-6 கட்டுரைத் தொகுதிகளுக்கு வேண்டிய கட்டுரைகளையும் அந்தக் குறுகிய காலகட்டத்தில் எழுதியிருந்தார். கோதை சிரித்தாள், தாமஸ் வந்தார் (ஆங்கிலம், தமிழ்) அவதூதர் போன்ற நாவல்களை இந்தக் கால கட்டத்தில் தான் அவர் எழுதினார். ஜாதிமுத்து, ஏழுபேர், பட்டாளத்துப் பேச்சு, வக்கீல் ஐயா, மால்தேடி போன்ற ஏற்கெனவே எழுதி அரைகுறையாகவும் விட்டிருந்த பல நாவல்களை பூரணப் படுத்துவதில் முனைந்தார். அவரது மிகப்பெரிய இலக்கிய முயற்சியான ‘திருவாலங்காடு’ என்ற நாவலையும் வெளியிட தயாரித்துக் கொண்டிருந்தார். மைலாப்பூர் டி.எஸ்.வி. கோயில் தெருவில் நடந்து போனாலே ஒரு வீட்டின் முன்கட்டில் ஜன்னலோர வெளிச்சத்தில், ஒரு கையில் பூதக்கண்ணாடியும் மறுகையில் பேனாவுமாக குனிந்து எழுதிக் கொண்டிருக்கும் க.நா.சு. வைப் பார்க்கலாம். அவரது ஓய்வறியாத உழைப்பு ஒரு கட்சிக்கோ, ஒரு அரசியல் கூட்டத்துக்கோ லேசாகக் கிடைந்திருந்தால் கூட க.நா.சு. கடைசிக்காலம் வரை சுகபத்திரமாக அமைந்திருக்கும். ஒரு ஆண்டுக்காலம் பாண்டி பல்கலைக் கழகத்தில் கிடைத்த பணி இன்னொரு மூன்றாண்டுகளுக்குக் கிடைத்திருந்தால் இன்னும் நான்கு அபூர்வமான, தமிழுக்கான நூல்களை எழுதி யிருப்பார். தமிழகத்தில் ஏதாவதொரு பத்திரிக்கை அல்லது தொலைக்காட்சி நிலையத்தில் அல்லது வானொலி நிலையத்தில் இவருக்கு ஒரு சந்தர்ப்பம் கொடுத்திருந்தால் அந்தந்த துறைக்கு அற்புதமான விளைவுகளை உருவாக்கிக் கொடுத்திருப்பார். கடைசிக் காலத்தில் அவர் தமிழ்ப் பல்கலைக்கழகத்தில் நிகழ்த்திய உரைகள் மறக்கமுடியாதவைகள். ஆளரவமற்ற தனியான தமிழ்ப் பல்கலைக்கழக விருந்தினர் மாடியில் நண்பர்களோடு இரவு வெகுநேரம் வரை உரையாடி, விவாதித்து மகிழ்ந்து கொண் டிருப்பார்.

விடிந்து கல்லூரியில் சிறப்பு ஆய்வாளர்களுக்கு மத்தியில் நவீனத் தமிழிலக்கியம் பற்றி விடாத சொற்பொழிவுகள், ஆய்வுகள், கேள்வி நேரங்கள், பதிலுரைகள் என தொடர்ந்து

தூண்டுதலில்லாத அவரது அருமையான பங்களிப்பு சீனிச்சாமி, நாடகத் துறையிலிருந்து ராமானுஜம், மு. இராமசாமி, முருகேசன் போன்ற இலக்கிய நண்பர்கள், அவருடன் கூட எப்போதும் இருந்து விஷயங்களைக் கறந்தது பார்வையாளனாயிருந்த எனக்கு ஆச்சரியம் தரவில்லை. ஒருநாள் பகல்வேளையில் கரிச்சான்குஞ்சு தனது தள்ளாத வயதிலும், கண்தெரியாத சூழ்நிலையிலும் இரண்டு கிழங்களும் ஒருவரையொருவர் அவாவி தேடி வந்த காட்சி மறக்க முடியாதது. கரிச்சான்குஞ்சு, க.நா.சு.வின் கால்களில் விழுந்து, நெடுஞ்சாண் கிடையாய் வணங்கிய காட்சியும் நம்பிக்கையும் ஆசாரசீலமும் எப்போதும் என்னை ஆச்சரியப்பட வைக்கிறது. என்னைவிட நீர் என்ன வயதில் இளைஞரா? என் காலில் விழுந்து கும்பிட என்று கேட்ட க.நா.சு. விடம் அதிலென்ன சந்தேகம்? எல்லாவற்றிலுமே நீர் என்னைவிட மூத்தவர்தான் என்று மீண்டும் கால்களில் விழுந்தார் கரிச்சான்குஞ்சு. அந்த வயதிலும் தன் பழைய நண்பர்களை யெல்லாம் தேடி நேரடியாகப் புறப்பட்டு போய் வணங்கி, பார்த்து, சிரித்து சந்தோஷப்பட்டார் க.நா.சு. அடுத்த முறை க.நா.சு. வந்தபோது தஞ்சையில் மழைக்காலம் தொடங்கியிருந்தது. தஞ்சை 'சும்மா' இலக்கியக் கும்பலினர் 'ஒளி வட்டம்' இலக்கிய அமைப்பிலும் வ.ரா.எனும் திருப்பழனம் வ.ராமசாமி ஐயங்கார் அவர்களுக்காக எடுக்கப்பட்ட விழாவில் க.நா.சு. தனது அனுபவங்களை மிக அழகாகச் சென்னார். அந்த சந்திப்பில் கலந்துகொள்ள கும்பகோணத்திலிருந்தும், மாயூரத்திலிருந்தும் பல ரசிகர்கள் வந்திருந்தனர். அசோகா லாட்ஜில் இரவு வெகு நேரம் இலக்கிய சர்ச்சை நடந்தது அடுத்தநாள் மாலை வரை. என்னுடன் தனியாக தஞ்சாவூரைச் சுற்றிச் சுற்றி வந்தார் க.நா.சு. அவர் வாழ்ந்த தெருக்கள், பள்ளிக்கூடம், சாப்பிட்ட ஹோட்டல் ஒன்றையும் விடவில்லை. திரும்பத் திரும்ப பார்ப்பதற்கு அவற்றில் என்ன இருந்தது? என்பது எங்கள் அறிவுக்கு எட்டாததாகவே இருந்தது. மாலைநேரம் நெருங்கி அவர் சென்னை செல்ல வேண்டிய டிக்கெட் அவர் கையில் கனத்தது. இரவு 8 மணிக்குப் போனால் விடியற்காலை 5 மணிக்கே போய் சேர்த்து விடுவேன். எனவே கடைசி வண்டியில் போவதாய் சொன்னார். அதைப் போலவே இரவு பத்தரை மணி திருவள்ளுவர் விரைவுவண்டியில் நான், தேனுகா, சுந்தர்ஜி போன்ற நண்பர்கள் பலரும் வழியனுப்ப, வானம் திறந்துகொண்டு மழை கொட்டு கொட்டென்று கொட்டியது. மழையில் நனைந்தபடி க.நா.சு.வுக்கு நாங்கள் விடை கொடுத்துதான் கடைசியாக அவரை நாங்கள் சந்தித்தது. பஸ் வண்டிக்குள் இருந்து கையை நனையும் மழையில் வெளியே நீட்டியபடி போங்கோ! போங்கோ! அடுத்த மாதம் வருவே-னோல்லியோ அப்போது பாக்கியைப் பேசலாம், இப்போது

இதை வைத்துக் கொள்ளுங்கள் என்று என்னிடம் அவரது சில கவிதைகளை மழையிலும் படாமல் சுருட்டி என்னிடம் கொடுத்து விட்டு தனது டைப்ரைட்டர் மிசின் சீட்டிலிருந்து நழுவி விழுந்ததை பரிதாபமுடன் பார்த்தார் க.நா.சு. மழை பொங்கிப் பொழிந்தது. யாரும் பிளாட்பாரத்தை விட்டு நகரவில்லை. ஊருக்கு போனவுடன் லெட்டர் எழுதறேன் என்ற க.நா.சு.வின் ஒலி காற்றில் கரைந்தது. இருளில் சிவப்பு ஒளிவீசும் ஒளிவிளக்குகள் மறைய மறைய நாங்கள் எல்லோரும் பஸ் பிளாட்பாரத்தில் நின்று பார்த்துக் கொண்டே இருந்தோம். க.நா.சு. வின் விசாலமான விரிந்த பார்வையும், ஆழ்ந்த நட்பும், அந்த இருளிலும் மாயாது, மறையாது எங்களுக்குத் துணைநின்றது. மழையூட்டத்தின் நடுவே ஒவ்வொருவராய் பிரிந்தோம். சரியாக அன்றிலிருந்து 15-ம் நாள் காலையில் க.நா.சு.வின் மரணச்செய்தி தொலைக்காட்சி மூலம் எங்களுக்குத் தெரியவந்தது. நாடகம் முடிந்தது. திரை விழுந்து வெகுநேரம் வரையிலும் எங்களால் இருக்கையை விட்டு எழும்ப முடியவில்லை. அன்று டெல்லியில் ஜனாதிபதியாய் இருந்த ஆர். வெங்கட்ராமன், க.நா.சு. வின் எல்லாப் புகழும் பெருக இறுதிச் சடங்குகளில் பங்கு கொண்டார். ரசனை என்பது பக்குவத்தால் எப்படி உருமாறுகிறது என்பதற்கு க.நா.சு. அவர்களின் வாழ்வே உதாரணம். முட்டாள்தனமாக இருக்கலாம் அறிவுக்கு அப்பாற் பட்ட விஷயமாக இருக்கலாம் க.நா.சு.வின் ரசனை. அடுத்த தலைமுறையைத் தாண்டி தமிழோடு துணைசெய்யும் என்று எனக்குத் தோன்றுகிறது.

அத்தியாயம் - 11

க.நா.சு. ஒரு சிம்மசொப்பனம்

எழுத ஆரம்பித்தபோது ஒரு கவிஞனாகவும் கதாசிரியனாகவும் ஆங்கிலத்தில் உலகப்புகழ் பெற வேண்டுமென்று க.நா.சு.வின் தகப்பனார் நாராயணசாமி ஐயருக்கு தீர்மானமான கருத்து இருந்தது. ஆனால் காலம் செல்லச் செல்ல தமிழின் தேவைகள் க.நா.சு. வின் பிடறி பிடித்து உந்தின என்பதைப் பார்த்தோம். ஆனாலும் க.நா. சுப்ரமண்யம் சர்வ ஜாக்கிரதையாக நாவலாசிரியனாக, சிறுகதை ஆசிரியனாக, கட்டுரையாசிரியனாக தனித்தனியாக தனக்குத்தானே வரையறுத்துக் கொண்ட பாதையில் தொடர்ந்து எழுதினார். ஆனால் விமரிசனத்துறையில் மட்டும் அவர் தனக்கென்று எந்தக் கொள்கை கோட்பாடுகளையும் பின்பற்றியிராமல் சில அபிப்ராயங்களையே விமரிசனமாக ஓங்கிச்செல்லும் ஒரு பாணியினாலேயே எல்லோருக்கும் தொந்தரவு தரும் சிம்மசொப்பனமாகவே நம்பப்பட்டார். அதற்கு முன் இராதவகையில் தமிழ் விமரிசனத்திற்கு ஒரு வேகமும், துணிச்சலையும் தந்தார். எதைப் பற்றியும் அபிப்ராயம் சொல்வதற்குத் தயங்குகிற 'வளவள' விமரிசனத்தை தூக்கி எறிந்து, தமிழர்களின் மரபை உடைத்து 'சுருக்' கென்று தைக்கும் கேலியும் கிண்டலுமாய் விமரிசனத்தை மாற்றினார். அதற்குமுன் இல்லாத விதமாய் விமரிசனத்திற்கு புது உருவமும், கனமும் அளித்தார். தமிழ் விமரிசனத்தின் அடிப்படை நம்பிக்கையான நடுவுநிலை நிற்றல், காய்தல், உவத்தல் இன்றி இனிமையாகப் பேசுதல் ஆகியவைகளை தனது கட்டுரைகளில் நீக்கிவிட்டு தனது நம்பிக்கைகளை வற்புறுத்தி, வலியுறுத்தினார். எல்லாவற்றுக்கும் மேலாக எழுதியவரை யாரென்று பாராமல் சிந்திக்காமல் விமரிசனம் செய்யாமல் தெளிவாகக் குறைநிறைகளை ஆராய்ந்தார். ஆனாலும் அவர் எழுதிய விமரிசனங்கள் யாவும் பெரும்பாலும் சாதாரண பத்திரிகைகளிலேயே வெளியாயின. 'எழுத்து', 'இலக்கியவட்டம்' 'கசடதபற', 'பிரக்ஞை' போன்ற பத்திரிக்கைகள் ஆரம்பிக்கும் வரையில் அவர் பெரிய விமரிசனமாக எதையும் எழுதியதில்லை. தனது இலக்கியக் கோட்பாடுகளை 1950 வாக்கில் 'விமரிசனக்கலை' என்ற நூலில் வலியுறுத்தியதோடு

சரி! இலக்கிய விமரிசனம் பற்றி இரண்டாவது நூல் எழுத ஏறத்தாழ 40 ஆண்டுகளுக்கு மேலாயிற்று 'நாவல் கலை' எனும் இரண்டாவது புத்தகம் எழுதுவதற்கு. அதற்குப் பின்னர் 'கலை நுட்பங்கள்' என்ற அவரது மிகச்சிறந்த நூல் வெளியாக மேலும் பத்துப் பதினைந்து ஆண்டுகள் ஆயிற்று. இவைகளையெல்லாம் உத்தேசித்துப் பார்க்கும்போது க.நா.சு. விமர்சகரா? கலைஞரா? எனும் கேள்வி என் மனதில் எழுகிறது. ஒரு தமிழிலக்கிய நவீனச் சுவைஞன் என்ற நிலையில் எனக்குத் தோன்றுவதை இந்த முடிவின் முகத்தில் சொல்ல வருகிறேன்.

க.நா.சு. வாழ்ந்த இலக்கிய வாழ்வில் விமர்சகனாக தன்னை நிரூபித்த நேரங்கள் அதிகம் இல்லை. சிம்மசொப்பனமாய் காட்சியளித்த நேரங்கள்தான் அதிகம். அது உண்மையான தோற்றமல்ல. கனவுதான். தமிழ்ப் படைப்பாளிகள் பலருக்கும் க.நா.சு.வின் மேல் நிறைந்த ஆதங்கம், எரிச்சல், கோபதாபங்கள் இருந்து வந்தது வெளிப்படையாகவே தெரிந்த விஷயமாகும். அது என்னவோ க.நா.சு. வின் அபிப்ராயங்கள் எப்படி விமரிசன மாகத் தாக்கம் பெறுகின்றன என்பது எனக்கும் புரியவில்லை. இத்தனைக்கும் அவர் விரிவாக விமரிசனங்கள் எழுதுவதில்லை. பலருக்கு அந்த ஆதங்கம் வேறு! சி.சு. செல்லப்பா 'எழுத்து' பத்திரிகை ஆரம்பித்த பின்னர்' அலசல் விமரிசனம்' என்ற பெயரில் நீண்ட கட்டுரைகளை, வெளியிட்டதுடன் புதிய விமரிசனப் பாரம்பரியத்தை தொடங்கியும் வைத்தார். க.நா.சு. அப்படி எந்த நம்பிக்கையும் இல்லாமல் இருந்தார். அதனாலேயே அவரது விமரிசனங்கள் நாசூக்காகவும் சுருக்கமாகவும் இருந்தன. இதனாலேயே பலர் கநாசு. வெறும் அபிப்ராயங்களை பொத்தாம் பொதுவாக சொல்கிறாரே தவிர அதன் காரண காரியங்களை விரிவாகத் தனது கட்டுரைகளில் ஆள்வதில்லை என்ற குற்றச் சாட்டு சொல்ல முயன்றனர். பெரிய எழுத்தாளர்கள் முதற்க் கொண்டு இந்தக் கவலைக்கு ஆட்பட்டனர். ஆனால் களத்தில் கநா.சு.வை ஓர் சிம்மசொப்பனமாகவே பார்த்தார்கள். அவர்களும் வெறும் அபிப்ராயங்களையே சொன்னார்கள். எனவே, கநாசு.வின் குறைகள் என்று கருதிய நிலைகள் அப்படியே நீண்டன. கநாசு.வின் கருத்துக்களுக்கு விமரிசன நோக்கங்களுக்கு ஊறு கற்பிக்க முயன்றவர்கள் கூட, அதைத் தெளிவாகச் செய்யமுடியவில்லை. ஆனால் க.நா.சு.வோ அதற்கு நேரெதிர் மாறான முறையில் தனக்குப் பிடித்தது, பிடிக்காதது இரண்டையும் பகுத்துப் பிரித்து வாசகர்களுக்குத் தர முடிந்தது. அவர் எழுதுகிற விமரிசனத்தை ஒருவித லாவகத்தோடும் அழகியல் உணர்வோடும் சொல்ல வாய்த்தது. எனவே, நுண்மையான ரசிகர்கள், ஒரு விஷயத்தைப் பற்றி க.நா.சு. என்ன சொல்கிறார்? என்பதை மட்டுமல்ல, என்ன

சொல்லுவார் என்பது வரை சிந்தித்துப் பேச ஆரம்பித்து விட்டார்கள். சி.சு. செல்லப்பா, ஆர். ஷண்முகசுந்தரம், ந.சிதம்பர சுப்ரமண்யன் போன்ற சிலர் இதில் அடங்குவர். க.நா.சு.வின் அபிப்ராய விமரிசன வட்டங்களில் இருந்து இவர்கள் பிரிந்தாலும், இவர்கள் க.நா.சு. என்ன சொல்வார் என்பது பற்றிய சிந்தனைத் தெளிவு உள்ளவர்களாகவே இருந்தார்கள். க.நா.சு. என்ற இலக்கிய வியக்தியை பிரித்து தன் விமரிசன நோக்கு என்ற ஒன்றை விரிவாக்கி தனது வழியை பிரித்துக் கொண்டார் சி.சு. செல்லப்பா. க.நா.சு.வுக்கு பதில் சொல்வதே பெரும்பாலானோரின் வேலையாக இருந்தது என்றாலும் திறனாய்வு அடிப்படையில் அதைச் செய்ய முடியவில்லை. க.நா.சு. சொற்களில் ஒரு விமரிசகனின் குரல் மட்டுமல்ல. அழகியல் உணர்வுள்ள ஒரு கலைஞனின் உட்பொருளும் கலந்திருந்ததுதான் அவர் சிம்மசொப்பனமாகக் காட்சியளித்ததற்கான காரணமாக இருந்தது.

கம்யூனிஸ்டுகள் க.நா.சு. இப்படி ஒரு முக்கிய சக்தியாக உருவாவார் என்று ஆரம்பத்தில் எதிர்பார்க்கவில்லை. ஒரு சாதாரணமான விமரிசகனாகத்தான் கருதினார்கள். ஆனால் அவர்களில் ஒருவராகிய வ.விஜயபாஸ்கரன் நடத்திய ‘சரஸ்வதி’ இதழில் க.நா.சு. பல கட்டுரைகளையும் விவாதத்துக்குரிய விஷயங்களையும் எழுதியபோது வித்யாசமான இலக்கியச்சூழல் உருவாகிக் கொண்டிருந்ததை அவர்களாலும் மறுக்க முடிய வில்லை. கம்யூனிச இலக்கிய விமரிசனம் என்ற ஒன்றை உடனேயே எழுத வேண்டிய அவசியத்தையும் க.நா.சு. வின் கட்டுரைகள் உருவாக்கிவிட்டன. படித்து தேர்ந்து பிறகு கட்டுரை எழுதாமல். க.நா.சுவுக்கு பதில் கூறும் முகத்தாலேயே விமரிசனம் எழுதித் தீரவேண்டிய நிர்ப்பந்தததுக்கு ஆளானவர் பலர். இலங்கையி லிருந்து பல உதாரணங்களை சொல்ல முடியும். எஃப்.சி.எக்ஸ். நடராசா, கனகசெந்திநாதன் போன்றோர் இதற்கு உதாரணம். இப்படி ‘சரஸ்வதி’ இதழ் க.நா.சு.வின் முக்கியத்துவத்தை தெளிவு படுத்தியதாலேயே ‘சரஸ்வதி’ என்ற இதழின் கம்யூனிச மூலவர்கள் ‘சரஸ்வதி’ இதழின் சுதந்திரத்தின் வேகத்தை வெட்ட முனைந்தார்கள். என்றாலும் ‘சரஸ்வதி’ அதனது சுதந்திரக் கருத்துகளுக்காகவும் இலக்கிய அமைப்புகளுக்காகவும் மேலும் புகழ்பெற்றது. இதை நிறுத்த கட்சி முக்கிய எழுத்தாளர்கள் கட்சிக்கென்று தனி பத்திரிகையின் தேவையை அப்போதுதான் ‘சரஸ்வதி’ யின் அதிகபட்ச சுதந்திரத்தை குறைக்க முடியும் என வலியுறுத்தினர். இலங்கையிலேயே நல்ல புகழுடனும், விற்பனை பிரிவுடனும் நடைபெற்ற ‘சரஸ்வதி’ இதழ் காரணமின்றி நிறுத்தப்பட்டது. அப்பொழுதுதான் விமரிசனத்தில் தேவை இருபுறங்களிலிருந்தும் நன்கு உணரப்பட்டது. ஒரேநேரத்தில்

ஆதரித்தும், எதிர்த்தும் விமரிசனத்தை முன்வைக்க அவர்களால் முடியவில்லை. க.நா.சு. வால் முடிந்தது. நல்லவைகளை ஆதரித்தும் அல்லவைகளைக் கடிந்தும் எழுதுகிறபோதும்கூட க.நா.சு. மிக லாவகமாக ஒரு படைப்பின் பலமாகவும், பலவீனமாகவும் ஒரே விஷயத்தை எழுதிக் காட்டுவார். அது மற்றவர்களுக்கு ஒரு விநோத சோதனையாக அமைந்தது. க.நா.சு.வின் விமரிசனமும் முக்கியம் வாய்ந்ததாகவும் அவசியம் அப்படி ஒரு பார்வை தேவை என்பது போலவும் உருவாயிற்று. அதே சமயத்தில் க.நா.சு.வும் பல்வேறுபட்ட பத்திரிகைகளில் தன்னை விரிவாக்கிக் கொண்டு எல்லா விஷயங்களைப் பற்றியும் கூடி தனித்த அபிப்ராயங்களை உருவாக்க முடிந்தது. க.நா.சு. பயங்கரமாக எதையும் செய்யவில்லை என்றாலும் அவர் சிம்மசொப்பனமாக திகழ்வதற்கு காரணம் இவைகளே! யாரையும் சாராது எந்த தனிப்பட்ட இலக்கியக் கொள்கையையும் வலியுறுத்தாது, அதே சமயம் வலியுறுத்தியும் அதற்கு முக்கியத்துவம் தராது எழுதியது அவரது விமரிசனத்தின் வெற்றிக்கு இன்னொரு காரணம். அதே சமயம் க.நா.சு. தருகின்ற பட்டியல்கள், சிறுகதைகளுக்கு தமிழில் எத்தனை பேர், நாவலுக்கு இவர்கள்தான், கவிதைக்கு யாரு மில்லை என்பன போன்ற அழுத்தமான சந்தேகமற்ற பட்டியல் களை தைரியமாக முன்வைத்ததைப் போல மற்றவர்களால் அப்படி ஒரு நம்பிக்கையை உருவாக்க முடியவில்லை. உதாரணமாக ஒரு வருடத்திற்கு முன்பு அறிவித்த பட்டியலில் ஜெயகாந்தன் பெயர் இருக்கும், அடுத்த வருடத்தில் க.நா.சு. அறிவிக்கும் பட்டியலில் ஜெயகாந்தன் உட்பட இரண்டு மூன்று பேர் பட்டியலில் இராது. முதல் வருடம்தானே சொன்னார் இவரை சிறுகதைக்கென்று பாராட்டி பட்டியலில் சேர்த்திருந்தார். இப்போது காணோமே என்று எழுத்தாளர்கள் குழம்பினர். க.நா.சு.வுக்கு நிலையான அபிப்ராயம் கிடையாது என்றும், வலியுறுத்தி, காரணங்காட்டி எழுதினார்கள். ஆனால் க.நா.சு. அதற்குச் சொன்ன பதில் பிரசித்தம். நான் சில பேர்களை போனால் போகிறதென்று இந்த வருடம் விட்டுவைத்தாலும் அடுத்த முறைக்குள் அவர்களை காலம் அடித்து விடுகிறது. அவர்களின் பேரை நான் மீண்டும் எழுதுவதில் எனக்கொன்றும் வருத்தமில்லை என்றாலும் மிகக் குறுகிய காலத்தில் காலம் அவர்களை அடித்துத் தள்ளிவிடுகிறது. அதற்கு என் விருப்போ வெறுப்போ காரணமல்ல. இதுவும் சத்தியமான விளக்கம். முதலில் பட்டியலில் இருப்போர் பெயர் அடுத்த பட்டியலில் இல்லாமல் போவது யாருக்கும் வருத்தம் தரும் விஷயம்தான். ஆனால் க.நா.சு.வின் பட்டியலில் இல்லாமல் போவதால் இலக்கியத்தன்மையே அற்றுப் போய் விடுகிறதா? அவர்கள்

எழுத்து மோசமானதா? அப்படி ஒன்றும் இல்லை என்று க.நா.சு.வே சொல்லுவார். இதற்கெல்லாம் தனி தைரியமும், ஒரு தனித்துவமும், மனோதிடமும் தேவை. அது க.நா.சு.வுக்கு மட்டுமல்ல தமிழ் எழுத்துலகுக்கே தேவை. உதாரணமாக எம்.எஸ். கல்யாணசுந்தரம் தமிழ் எழுத்தாளர் நல்ல கதைகளையும் '20 வருடங்கள்' என்ற ஒரு நாவலையும் எழுதியவர். இவர் க.நா.சு.வின் விமரிசனத்தில் மிகுவிப்பில், பாராட்டுதலில் இடம்பெற்றதே இல்லை. இதைப் போலவே கி.ராஜநாராயணன் பெயரையும் பட்டியலில் பார்க்க முடியாது. இளம் எழுத்தாளர்களையும் ஒரு சிலரை அங்கீகரிக்கிற வேகத்தோடு மிகப் பெரும் பாலானோரை பேர் சொல்லாமல் அடித்து வீழ்த்துவார். இதெல்லாம் சம்பந்தப்பட்டவர்களுக்கு பெரிய எரிச்சலையும் கொலை வெறியையும் தரும். க.நா.சு. இவற்றைப் பற்றிக் கவலைப் படாமல் கடைசிவரை தனது பணியை செய்து கொண்டிருந்தார். கி.ராஜநாராயணன் கூடவா கலைத்திறனற்றவராக தங்களுக்குத் தோன்றுகிறார்? என்று விஷயம் தெரிந்தவர்கள் ஆதங்கத்தோடு அவரிடம் கேட்பதுண்டு. என்னை என்னய்யா செய்யச் சொல்கிறீர்கள்? அவரது திருநெல்வேலி கிராமத்து சமாச்சாரங்களை கதையிலிருந்து நீக்கிவிட்டால் அவர் கதையில் அவருடைய சரக்காக என்ன இருக்கும்? என்பது பற்றி நான் சொல்ல எனக்கே பயமாக இருக்கிறது என்று சொல்வதை கேட்கும் யாரும் மேற்கொண்டு எதுவும் பேச முடியாது. '20 வருடங்கள்' நாவல் எழுதிய எம்.எஸ். கல்யாணசுந்தரமும் க.நா.சு.வும் நெருங்கிய நண்பர்கள். நீண்டகால எழுத்தாளர்கள். க.நா.சு.வின் எழுத்தின் மீது மிகுந்த மரியாதையும் உண்டு கல்யாணசுந்தரத்துக்கு க.நா.சு.வைப் போலவே அவரும் பல துறைகளிலும் ஈடுபாடுள்ள உரைநடை எழுத்தாளர் என்றாலும் க.நா.சு. தனது நாவலைப் பற்றி, கதைகளைப் பற்றி எதுவும் சொன்னதில்லை என்ற கவலையும் எம்.எஸ். கல்யாணசுந்தரத்துக்கு கிடையாது. ஒரு இடத்திலும் குறைப்பட்டுக் கொண்டதும் கிடையாது. இத்தனைக்கும் தபால்கார அப்துல்காதர் என்கிற சிறுகதையை எம்.எஸ். கல்யாணசுந்தரம் எழுதி 1930 வாக்கில் அந்தக் கதை ஒரே நேரத்தில் ஆங்கிலத்தில் 'ஹிந்து' பத்திரிகையிலும், அதே கதை தமிழில் ஆனந்தவிகடனிலும் வெளிவந்தபோது, இது ஒப்பற்ற எழுத்து, தமிழ் என்ற மொழியின் சிறப்பே இந்தக் கதையில் வெளிப்படுகிறது என்று உலகப் புகழ்பெற்ற பத்திரிகைகளில் எழுதியவர் யார் தெரியுமா? அன்று ஆங்கில இலக்கிய உலகின் கொடுமுடியில் அமர்ந்திருந்த பேரெழுத்தாளர் பெர்னாட்ஷா என்று சொன்னால் நம்பமுடிகிறதா? ஆனால் உண்மை. இதற்குப் பின்னரும் இந்தக் கதைபற்றி அபிப்ராயம் ஏதும் சொன்னவரில்லை க.நா.சு. எதற்காக இவ்வளவு கூறுகிறேன்

என்றால் தனிப்பட்ட விருப்பு வெறுப்புகளுக்கு அப்பாற்பட்டு தன் விமரிசன நோக்கை உருவாக்கியவர் க.நா.சு. என்பதை எடுத்துக்காட்டத்தான். இதைவிட ஒரு உன்னதமான உதாரணம் சொல்லுகிறேன். 60 ஆண்டு காலம் எழுதி வாழ்ந்த க.நா.சு. தனது படைப்புகள் எதையும், யாரும் பாராட்டாதது பற்றியோ மண்வாரித் தூற்றியது பற்றியோ, அவரது கவிதைகளைப் பற்றியோ எந்த அபிப்ராயமும் சொல்லாதது பற்றியோ ஒரு முழு ஆயுட்காலம் அதைப் பற்றி கவலைப்படாதிருந்தும், அதைப்பற்றி ஒரு வார்த்தையும் சொன்னதுமில்லை என்பதை நினைத்துப் பார்ப்போம். க.நா.சு. பாராட்டிய நாவலாசிரியர்களுள் முக்கிய மானவர் ஆர். ஷண்முகசுந்தரம். அவர் மறுமுறை இன்றுவரை யாராலாவது விமரிசனம் செய்யப்பட்டிருக்கிறாரா என்பது சந்தேகமே. க.நா.சு.வால் மிக உயர்வான தரத்தில் வைத்துப் பாராட்டப்பட்ட மௌனி என்ற ஈடு இணையற்ற சிறுகதை ஆசிரியர் க.நா.சு.வைத் தவிர வேறு யாராலாவது (செல்லப்பா நீங்கலாக) விமரிசனம் செய்யப்பட்டிருக்கிறாரா? க.நா.சு. பாராட்டிய தி. ஜானகிராமன் பிற்காலத்தில், பாதிக்கு மேல் வேஸ்ட் என்று அவரே விமரிசித்தபோதும் தி.ஜானகிராமன் கவலைப்பட்டு ஏதும் எழுதியிருக்கிறாரா? ஒரேயொரு நாவல் மட்டும் எழுதி வெற்றிபெற்ற ஹெப்ஸிபா ஜேஸுதாஸனின் நாவல் 'புத்தம் வீடு' க.நா.சு.வுக்கு முன்னால் (சுந்தரராமசாமி நீங்கலாக) பாராட்டி விமரிசிக்கப்பட்டதுண்டா? க.நா.சு. வால் மட்டுமே இலக்கிய சிகரத்தில் வைத்துப் பாராட்டப்பட்ட (1940களில்) எஸ்.வி.வி.யின் நாவல்கள், சிறுகதைகள், கட்டுரைகள் இவற்றை இலக்கியத் தரமுடையது. இந்த 70 ஆண்டு காலத்தில் யாராவது விமரிசித்து அவற்றின் திறன்களை எடுத்து சொல்லி-யிருக்கிறார்களா? தமிழில் இலக்கிய விமரிசனம் என்ற துறையை முதலில் ஆரம்பித்து வைத்த கம்யூனிஸ்ட் தொ.மு.சி. ரகுநாதனை, அவர் செய்த காரியங்களுக்காக, விமரிசனத்திற்காக, அவரது சோசலிச நம்பிக்கைக்காரர்களிடமிருந்து விமரிசன ரீதியாக பாராட்டு எதையாவது எழுதியிருக்கிறார்களா? ஏராளமாக இலக்கியப்பணி புரிந்த தொ.மு.சி. ரகுநாதனின் படைப்புகளை கநா.சு. நடுநிலையில் நின்று விமரிசித்ததைப் போல கம்யூனிஸ்டுகள் செய்யவில்லை. இவர்களுக்கு மத்தியில் தொ.மு.சி. ரகுநாதன் ஒரு சிறந்த சிறுகதையாசிரியர் என்று இருட்டடிக்கப்பட்டிருக்கிறார். கம்யூனிஸ்ட் பிரமுகர், மேடைப் பேச்சாளர், கவிஞர் என்ற பிரசித்தம் நேர்ந்திருக்கிறது. இவற்றை க.நா.சு. மட்டுமே விமரிசித் திருக்கிறார். கு. அழகிரிசாமி என்ற தலைசிறந்த தமிழ்ச் சிறுகதை எழுத்தாளர் 40 ஆண்டுகளில் க.நா.சு. வால் விமரிசிக்கப்பட்டு பாராட்டப்பட்டதைப் போல வேறு யாராலாவது விமர்சித்து பாராட்டப்பட்டிருக்கிறார்களா? இவை வேற்றுமொழியின்

நிலையானால் இது நேர் எதிர்மாறாய் நிகழ்ந்திருக்கும். தமிழில் இந்த ஆரம்பங்கள் க.நா.சு.வினால் செய்யப்பட்டவை. க.நா.சு. இந்தக் காரியத்தைச் செய்யாவிட்டால் வேறு யாரும் செய்திருக்க மாட்டார்கள் என்பதற்கும் இந்த நடவடிக்கைகளே பதிலாகவும் அமைகிறது. ரகுநாதனை கம்யூனிஸ்ட்காரர்கள் பாராட்டவில்லையா என்று சிலர் ஆக்ரோஷத்தோடு கேட்கக்கூடும். உரிய காரியத்துக்கான சிறந்த பாராட்டு உரிய காலத்தில் விமரிசனத்துடன் வெளிவர வேண்டும். அதுதான் உண்மையான வளர்ச்சி. இதை உரிய காலத்தில் சிறப்பாகச் செய்து காட்டியவர் க.நா.சு. இன்ன காரணங்களினால்தான் க.நா.சு. வின் இடத்தை வேறு யாராலும் நிரப்ப முடியாமல் இருக்கிறது. க.நா.சு. இறந்து சில வருடங்கள் ஆன இந்த நிலையிலேயே அவருடைய தேவை அகண்ட களமாக தெரிகிறது. அவரது பணி எத்தனை ஆழமாக ஒரு மொழியை பாதித்து, கௌரவப்படுத்தி உட்கார்ந்திருக்கிறது என்பதை அவருடைய ஆங்கில எழுத்துக்கள் வெளிப்படுத்துகின்றன. அவர் மொழிபெயர்த்த சமகாலத்து நாவல்கள் கூட பிறமொழிகளில் இலக்கியத்தரத்தை உயர்த்தியிருக்கிறது. அவர் ஆங்கிலத்தில் மொழிபெயர்த்த திருக்குறள், சிலப்பதிகாரம், திருவாலங்காட்டுத் திருப்பதிகம் ஆகியவை சிறந்த இலக்கியங்களுக்கு உதாரணமாக விளங்குகின்றன. தமிழின் ஜீனியஸ், தமிழின் ஒப்பற்ற தன்மை ஆகியவை பற்றி அவர் ரேடியோக்களிலும், ஆங்கிலப் பத்திரிகைகளிலும் பேசியவைகள் அனந்தம். எல்லாவற்றையும்விட தன் மனைவியை அவர் ஒரு சிறந்த ரசிகையாக மாற்றியிருக்கிறார். அவருடைய மகள் ஜம்னா சுதந்திரமாக வளர்க்கப்பட்ட அறிவுசான்ற ஒரு நவீனப் பெண். அவரது மாப்பிள்ளை மணியைக்கூட தன் மகளின் விருப்பதிற் கேற்பவே திருமணம் செய்வித்தார். டெல்லி சென்றதும் ஜம்னா டெல்லி நாடகங்களில் நவீனத்தன்மை மிகுந்த நடிகையாக பரிணமித்தார். க.நா.சு.வின் பேத்திகூட நடிக்கிறாள். இந்திரா பார்த்தசாரதியின் ‘போர்வை போர்த்திய உடல்கள்’ நாடகத்தில் ஜம்னா மிகச் சிறப்பாக நடித்தார். ஏறத்தாழ 25 ஆண்டுகளுக்கு மேலாக நவீன நாடகத்துறையில் டெல்லியில் பெண்ணேஸ்வரன் குரூப்பில் மிகச் சிறந்த நாடகங்களை நடித்து வருகிறார். என்றாலும் இவைகளைப் பற்றி க.நா.சு.வுக்குப் பெரிய அபிப்ராயம் ஒன்றும் கிடையாது. ஜம்னா என்கிற மகள் மேல் உள்ள பாசம் மிகவும் அதிகம். க.நா.சு. இந்திய இலக்கியத்தில் ஒதுக்கவியலாத ஒரு விமர்சகர், கலைஞர், நாவலாசிரியர், சிறுகதையாளர், கவிஞர் என்றாலும் முக்கடல் சூழ்ந்த தமிழகத்தில் மட்டும் அவர் என்றைக்கும் ஒரு சிம்மசொப்பனமாக விமர்சகராக மட்டும் அறியப்படுவார். அதற்கான காரணங்களை ஆராய வேறு சில விமரிசகர்களை அழைக்கலாம். என்னைப் பொறுத்தவரை

க.நா.சு. செய்ய நினைத்த ஒவ்வொரு காரியத்தையும் விடா பிடியாய் நிறைவேற்றியிருக்கிறார். எழுத்துத் துறையைப் போலவே வாழ்கையையும் அதிகம் நேசித்தவர் அவர். ஒரு நல்ல காப்பிக்காக வெகுதூரம் நடக்கக் கவலைப்படாதவர், ரசிகர். விமரிசனத்தால் தனக்கோ, தன் மொழிக்கோ பெரிதாக ஒன்றும் தாம் செய்துவிடவில்லை என்பதில் அசைக்கமுடியாத நம்பிக்கை உடையவராகவே இருந்தார். மகள், மருமகன் இருவரும் நல்ல சம்பாத்யத்தில் டெல்லியில் பணிபுரிந்ததால் க.நா.சு.வின் கடைசி காலம் அவர் மனம்போல சுதந்திரமாகக் கழிந்தது என்பது லேசான காரியம் அல்ல. நீண்ட தோளில் புரளும் கூந்தலுடன், புதுப்பரிமாண மெடுத்தார் க.நா.சு. திடீரென்று சிகார் பைப், பிரெஞ்சுக்காரர்களைப் போல் நீண்ட பைப்பை வைத்துக் கொண்டு புகைத்துக் கொண்டு திரிந்தார். திடீரென்று நீளமான குர்தா, ஜிப்பா, கதர்ப்பட்டு ஆகியவைகளோடு கையில் ஒரு நீண்டதடி ஆகியவற்றுடன் காட்சியளித்தார். நவீன வாழ்க்கை வசதிகளோடும், மகள் வீட்டில் கடைசி வரை சுகமாகவே தன் காலத்தைக் கழித்தார். மேன்மேலும் படித்தார். மேன்மேலும் அதிகமான பேர்களுடன் அபிப்ராய முரண் கொண்டார். தன்னைப் பற்றி ஏதாவது பாராட்டிச் சொல்ல மாட்டாரா என்று தமிழ் எழுத்தாளர்களை ஏங்கவைத்தார் என்றால் அவர் சிம்மசொப்பனமாக இருந்தார் என்று சொல்வதில் என்ன தவறு? பெரிதாக கடவுள் நம்பிக்கை ஒன்றும் கிடையாது. வழிபாடுகளில் ஜபதபங்களில் போகிய வழிக்கு புண்ணியம் தேடுதலில் க.நா.சு. என்றைக்கும் முயன்றதில்லை. அதே சமயத்தில் அவர் ஒரு நாத்திகவாதியும் அல்ல. இலக்கிய வாதிதான். அவர் மீது பகையும் பொறாமையும் இயல்பாகவே நீண்டகாலம் இருந்து வந்தது. அவற்றையும் ஒரு சந்தோஷமான போட்டியாகவே அவர் எடுத்துக்கொண்டு விளையாடினார். அறிவை நம்புகிற முழுக்க முழுக்க அதையே உணர்வு பூர்வமாகக் கற்றுக்கொடுக்கிற ஆன்மீகத் துறையான பாரதி போற்றிய அத்வைதம் எனும் வேதாந்தத் துறையில் நம்பிக்கை கொண்டவராக க.நா.சு. கடைசிவரை விளங்கினார். டெல்லியில் இலக்கியத் தொடர்புடைய அன்பர்களாக தி. ஜானகிராமன், சுந்தா, இந்திரா பார்த்தசாதி ஆகிய நண்பர்களோடும், புதிய இளைஞர்களோடும் கலந்தும், விலகியும், எதிர்த்தும், மறுத்தும் பழகினார். வருடத்துக்கு ஒருமுறை சென்னையில் நடக்கும் நவீன இலக்கியக் கூட்டங்களில் வந்து கலந்துகொண்டு பயன் தந்தார். நிறைய புத்தகங்களைத் தேடித்தேடி அலைந்து படித்து சந்தோஷித்தார். படிக்கிற சுகம் என்று ஒன்று இருப்பதை பலருக்கும் நிரூபித்தார். அப்படியே வரும் நேரங்களிலெல்லாம் தஞ்சாவூர், மாயவரம், கும்பகோணம், திருவனந்தபுரம் என்று கவலைப்படாமல் செலவு செய்துசென்று

பழைய நண்பர்களையும் சினேகிதர்களையும் சந்தித்து பேசி மகிழ்ந்து அவர்களோடு ஓரிரு நாட்கள் தங்கி அந்த ஊரில் ரசனை மிகுந்த உணவு வகைகள், வகைகள், காட்சிகள் ஆகியவற்றில் கலந்து சந்தோஷத்துடன் தன்னை பூரணப்படுத்திக் கொண்டார். பலருக்கு ஆரம்பத்தில் இருந்தே பிடிக்காமல் இதையே ஒரு இலக்கிய விஷயமாக ஆக்கி அவரைப் புறக்கணிக்க எளிய வழியாக - க.நா.சு. ஒரு ஊதாரி. மெத்தனமான பெரிய இடத்துப் பிள்ளையாக வாழ்ந்தவர், சோம்பேறி, சம்பாத்யம் செய்யாமல் வாழ்க்கையைக் கடத்தியவர், தகப்பனார் பணத்தை வீண் விரயம் செய்தவர், குடும்பத்தை கவனியாத அலட்சியவாதி, இலக்கியம் என்பதில்கூட ஸ்திரமற்றவர், பழமைவாதி, பிற்போக்காளர் என தூற்றி அவரைக் கேவலப்படுத்தினார்கள். அதற்கு உதாரணமாக ஒரே நேரத்தில் 4 ஸ்வீட் சாப்பிடும் அவரது ரசனையை கேவலமாக ஆக்கி முன் வைப்பார்கள். சிறுகுழந்தை பருவத்திலிருந்தே இலக்கியமாகவே வளர்க்கப்பட்டவர். க.நா.சு. தந்தையுடன் இலக்கியம் பேசியே அவரது இளமைப்பருவம் கழிந்தது. ஒரு எழுத்தை கனவுகண்டு அதையே தன் வாழ்வின் லட்சியமாய் அதற்காகவே கடுமையாக உழைத்து, இந்திய படைப்பாளிகளில் தனித்துவம் வாய்ந்தவராக மறைந்த க.நா.சு.வை தமிழ் இலக்கிய வுலகம்தான் மேற்கூறிய அவதூறுகளை அவர்மேல் மண்வாரித் தூற்றியது. பிடிவாதக்காரராகவும் தமது கொள்கையை நிலை நிறுத்த சற்றும் பின்வாங்காதவராகவும் பணத்தால் விலைக்கு வாங்கமுடியாதவராகவும், தீவிர அறிவியக்கவாதியாகவும் விளங்கிய க.நா.சு. வை இவர்கள் புரிந்து கொள்ளவில்லை என்பது ஆச்சரியமில்லை. காரணம், அடிமைச் சிறுமதியும் பேடித்தனமும் புறவழியாக உள்ளே நுழையும் உணர்வுகளும், தகுதிக்குத் தகுதி தராமல் இருட்டடிப்பு செய்யும் கேவல புத்தியும்தான் காரணம். இதே ஆபத்துகள் தொடர்ந்து விமரிசனத் துறைக்கு வரும் ஒவ்வொருவருக்கும் நேர்கிறது என்பது தமிழின் குறுகிய மன்பான்மையைக் காட்டுகிறது.

  க.நா.சு. விமரிசனம் இல்லாததால் அப்படியென்ன குறைந்து விட்டது? என்றும் கேட்கிறவர்கள் நம்மிடையே இருக்கவே செய்கிறார்கள். க.நா.சு. இல்லாவிட்டால் மௌனி என்கிற எழுத்தாளன் இருந்திருக்க மாட்டான். ஆர். ஷண்முகசுந்தரம் என்ற கிராமியப் பண்பு நிறைந்த கொங்குநாட்டு எழுத்தாளனின் தனித்தன்மை அறிய வந்திருக்காது. க.நா.சு. இல்லாமல் இருந்திருந் தால் பாரதி எழுதிய காட்சிகளை வசனகவிதை என்றே தமிழகம் தவறாகப் புரிந்து ஊறிக் கொண்டிருந்திருக்கும். அது ஒரு வசனகாவியம் என்றும், பேரிலக்கியம் என்றும், புதுமைப் படைப்பு என்றும் தமிழகத்திற்கு அறிமுகமாயிராது.

வாழ்க்கையின் பல்வேறு அம்சங்களையும் இலக்கியம் எடுத்தக் காட்டுகிறது என்றால் அவற்றின் ஆழ-அகலங்களை வாழ்க்கையோடு தொடர்புபடுத்திக் காட்ட ஒரு சிம்ம சொப்பனம் தேவையாகிறது. அது அவசியம் இல்லாவிட்டாலும்கூட இந்த பிரம்மாண்டமான வடிவம் நம் கதைகளில் மட்டுமல்லாமல், இலக்கிய நவீனத்தின் ஆழத்தில் என்றைக்கும் மறக்கவொண்ணாத சூழல்களை பதித்து விட்டுத்தான் சென்றிருக்கிறது. 'விமரிசனக் கலை', 'இலக்கியவிசாரம்', 'கலைநுட்பங்கள்' போன்ற நூல்கள் ஒருமொழியில் சில திருப்பங்களில் மட்டுமே சாத்தியமாகும். அவர் எழுதிய 'பொய்த்தேவு', 'ஒருநாள்', 'அசுரகணம்', 'அவதூதர்', 'தாமஸ் வந்தார்' போன்ற தனித்துவம் மிகுந்த ஒப்பற்ற நாவல்களை இன்னும் தமிழர்களே முனையாதது தமிழின் துரதிர்ஷ்டம். க.நா.சு.வின் மொழிபெயர்ப்புகள் அத்தனையும் மீண்டும் வெளிவர வேண்டிய அவசியம் இருக்கிறது. பேர்லாகர் க்விஸ்ட் எழுதிய 'அன்புவழி' என்ற பரபாஸ் நாவலை மொழிபெயர்க்க இனி க.நா.சு. திரும்பி வரவேண்டும். வேறெந்த மொழியிலும் இன்று கிடைக்காத நோபல் பரிசு பெற்ற செல்மாலாகர்லெவ்வின் 'மதகுரு', நட்ஹாம்ஸன்னின் 'நிலவளம்', போலந்து மொழி நாவலான 'குடியானவர்கள்', ஆன்மீக மொழியில் உலகப் புகழ்பெற்ற வில்லியம் ஸரோயனின் 'மனுஷ்ய நாடகம்', பிரெஞ்சு மொழியின் அனடோலஃல்பிரான்ஸின் 'தாசியும் தபசியும்' ஆகியவைகள் இன்றும் க.நா.சு.வின் மொழி பெயர்ப்பால் தமிழுக்கு புதுப்பதிப்பாக மீண்டும் கிடைக்க வேண்டும். அவர் மொழிபெயர்த்த பிறமொழிச் சிறுகதைகள், கவிதைகள், கட்டுரைகள் ஏராளம். அவர் தமிழிலேயே எழுதின சிறுகதைகள் அத்தனையும் தொகுப்புகளாக வரவேண்டும். இவைகள் கிடைக்காத இன்றைய நவீனத் தமிழ் மிகக் குறை யுடையது என்பதை உணரவாவது தமிழர்களுக்கு சக்தி வேண்டும். இப்படி சொல்லிக்கொண்டே போகலாம். ஆனாலும்தான் என்ன இன்றைய தமிழின் வறுமையைப் போக்க, புதிய மொழி களின் வரவும் அவற்றின் விளைச்சலும் தமிழுக்குத் தேவை யென்று வலியுறுத்த யாரிருக்கிறார்கள்? தானே மொழிபெயர்த்து கையிலெடுத்துக் கொண்டு பதிப்பகம், பதிப்பகமாக ஏறி இறங்க வென்று எந்த சிம்மாசனம் காத்திருக்கிறது? 'மனித சிந்தனை வளம்' புதிய நூல்களின் வரவு பற்றிய அறிமுகம், வேற்று மொழிகளின் நோபல் பரிசு பெற்ற புத்தகங்களின் புதிய வரவுகளின் மொழி பெயர்ப்புகள் நமக்கு 30 ஆண்டுகளாக இல்லை. மொழி பெயர்த்துத்தரவும் அதை நூல்களாக வெளியிடவும் யாரும் முனையவில்லை. ஆனால் இங்கே ஆளில்லாமல் இல்லை. அவர்களை உபயோகப்படுத்திக் கொள்ளத்தான் தமிழ் தகுதியற்றுக் கிடக்கிறது. அண்மையில் உள்ள இந்தி மொழியில் 25 வருடங்களில்

வெளிவந்த நோபல்பரிசு பெற்ற இந்த வருடத்து புத்தகம் உட்பட எல்லாம் கிடைக்கிறது. மலையாள மொழியிலோ, வங்காள மொழியிலோ சொல்லவே வேண்டாம். அவர்கள் இன்றைய உலகத்தின் அத்தனை இலக்கிய வளர்ச்சிகளையும் தமதாக்க போராடி வருகிறார்கள். கன்னடத்தைப் பற்றி சொல்லவா? அவர்கள் தங்கள் நூல்களை ஆங்கிலத்தில் மொழிபெயர்த்து அனுப்பிக் கொண்டிருக்கிறார்கள். க.நா.சு. ஒரு சிம்ம சொப்பனம் என்பதை இந்த க்ஷணத்திலும் என்னால் மறக்க முடியாது.

க.நா.சு.வின் வெளிவந்த நாவல்கள்

1. சமூகசித்திரம்
2. ஏழு பேர்
3. நளினி
4. பெரிய மனிதன்
5. வாழ்ந்தவர் கெட்டால்
6. அவரவர் பாடு
7. பட்டணத்துப் பேச்சு
8. மாதவி (தழுவல்)
9. ஒருநாள்
10. அசுரகணம்
11. ஆட்கொல்லி
12. தந்தையும் மகளும்
13. பொய்த்தேவு
14. கோதை சிரித்தாள்
15. தாமஸ் வந்தார்
16. அவதூதர்
17. பித்தப்பூ

போன்ற 20 நாவல்கள்

அச்சில் வராமல் கையெழுத்துப் பிரதியாக உள்ள நாவல்கள்

1. திருவாலங்காடு (4பாகங்கள் 1000 பக்கத்துக்கும் மேலாக)
2. மால் தேடி
3. வக்கீல் ஐயா
4. ஜாதி முத்து
5. சாலிவாஹனன்
6. சாத்தனூர்

போன்ற 15க்கும் மேற்பட்ட கையெழுத்துப் பிரதிகள்.

க.நா.சு.வின் சிறுகதைத் தொகுப்புகள்

1. அழகி
2. தெய்வ ஜனனம்
3. மணிக்கூண்டு
4. க.நா.சு.வின் சிறுகதை தொகுப்புகள் I, II, III

ஆங்கில மொழி நூல் ஒன்று! காஸ்மாபாலிட்டன் கிளப். அச்சில் வராத கையெழுத்துப் பிரதியாக உள்ள நூற்றுக் கணக்கான சிறுகதைகள்

1. தினமணிக்கதிருக்காக எழுதிய பஸ் கதைகள்
2. சுதேசமித்திரனுக்காக எழுதிய பயணக் கதைகள்
3. தினமணிக்கதிருக்காக எழுதிய பொய்க் கதைகள்

நோபல் பரிசு பெற்ற மொழிபெயர்ப்பு நாவல்கள்

1. நிலவளம் - நட்ஹாம்ஸன் (நார்வேஜிய மொழி நாவல்)
2. குடியானவர்கள் = (போலந்து நாவல்)
3. மதகுரு
4. ஷெல்மா லாகர் லெவ் (ஸ்வீடிஷ் நாவல்)
5. தாசியும் தபசியும் (பிரெஞ்சு நாவல்)
6. பரபாஸ் எனும் அன்புவழி (ஸ்வீடிஷ் நாவல்) பேர்லாகர் க்விஸ்ட் எழுதியது.
7. விரோதி (பிலிப்பைன்ஸ்) எரிக்ஸ் எழுதியது.
8. விருந்தாடி (பிரெஞ்சு) ஆல்பெர்ட் காம்யு எழுதியது.
9. குள்ளன் (பிரெஞ்சு) ஆந்த்ரேழீடு எழுதியது
10. மனுஷ்ய நாடகம் (ஆர்மியா) வில்லியம் ஸரோயன் எழுதியது.
11. அடிமை (ஜெர்மனி) கெய்ஸர் எழுதியது
12. திமிங்கல வேட்டை (ஹர்மன் மெல்வின்)
13. டான் - க்விடே - ஷாட் (ஸ்விடிஸ்)
14. மாறிய தலைகள் (ஜெர்மன்) தாமஸ்மன் எழுதியது இன்ன பிற 30 வெளியீடுகள்

மொழிபெயர்ப்புச் சிறுகதைகள்

1. திறந்த படகு. (ஸ்டீபன் கிரேன் எழுதிய அமெரிக்கச் சிறுகதைகள்)
2. ஐரோப்பியச் சிறுகதைகள் (12 வெவ்வேறு ஆசிரியர்கள்)

3. ஜெர்மனிய சிறுகதைகள் (15 ஜெர்மனி எழுத்தாளர்களின் கதை தொகுப்பு)
4. ஜான் ஸ்டீபன்பெர்க் எழுதிய கதைகள்
5. ஜாக் லண்டன் எழுதிய கதைகள் (1935 இல் மொழி பெயர்ப்பு)

அமெரிக்க எழுதாளர் ஸ்டீபன் கிரேனின் 'கடல் முத்து' நாவல் உட்பட இந்தியமொழிகள் பலவற்றிலிருந்தும் ஆங்கிலத்தில் மொழிபெயர்க்கப்பட்ட 20க்கும் மேற்பட்ட நாவல்களும், 10க்கும்மேற்பட்ட சிறுகதைத் தொகுதிகளும்.

1. க.நா.சு.வின் சொந்த நூல்கள் 10 (ஆங்கிலத்தில்)
2. ('1984' எனும் ஜார்ஜ் ஆரவெல்லின் ஆங்கில நாவலின் தமிழ் மொழி பெயர்ப்பு)
3. 'விலங்குப்பண்ணை' ஜார்ஜ் ஆர்டுவெல்லின் Animal Farm என்னும் ஆங்கில நாவலில் தமிழ் மொழி பெயர்ப்பு
4. வேற்றுமொழிகளிலிருந்து தமிழுக்கு மொழிபெயர்க்கப் பட்ட 10 நாவல்கள்
5. தமிழிலிருந்து வேற்றுமொழிக்கு மொழிபெயர்க்கப்பட்ட தமிழ் எழுத்தாளர்களின் படைப்புகள்.

க.நா.சு. மட்டுமே தமிழில் அறிமுகம் செய்வித்த தொகுப்பு நூல்கள்:

1. படித்திருக்கிறீர்களா? I,II, III மூன்று பாகங்களில் 36 நாவல்களை அறிமுகம் செய்கிறார் க.நா.சு.
2. உலக சிந்தனை வளம் (மூன்று பாகங்கள்)
3. 38 உலக தத்துவ சிந்தனையாளர்களின் வரலாறும் விமர்சனமும்
4. உலகத்துச் சிறந்த நாவலாசிரியர்கள் அறிமுகமும், விமர்சனமும் (10பேர்)
5. உலகத்துச் சிறந்த நாவல்கள் (10 நூல்கள் பற்றிய அறிமுகம்)
6. உலகத்துச் சிறந்த நாவல்கள் (48 நூலின் சுருக்கங்கள் விமர்சனத்துடன்)
7. தமிழ்நாவலாசிரியர்கள். (ஆங்கிலத்தில் 10பேர் அறிமுகம்)
8. உலகத்து சிறந்த சிறுகதைகள் தொகுப்பு அறிமுகம்
9. முதல் ஐந்து தமிழ் நாவல்கள் (தமிழின் முதல் ஐந்து தமிழ் நூல்கள் ஆசிரியர் குறிப்பு, விமர்சனம்)
10. நாவல் சுருக்கங்கள் (இரண்டு பாகங்கள்)
11. உலக இலக்கியம். (10 அறிமுகம்)

க.நா.சு. வின் விமரிசன நூல்கள்

1. விமரிசனக் கலை
2. இலக்கிய விசாரம் (சம்பாஷணை வடிவில் அமைந்த தமிழின் முதல் விமர்சன நூல்)
3. நாவல் கலை 910 இந்திய பிறமொழி வடிவங்கள் விமர்சனமும், அறிமுகமும்)

நாடகங்கள்

1. நால்வர்
2. ஊதாரி
3. உலகத்துச் சிறந்த நாடகங்கள் 10 (மொழிபெயர்ப்புகள்)
4. பொம்மையா? மனைவியா? (ஹென்றிஇப்ஸன் ஸ்காண்டிநேவிய மொழியில் எழுதியதன் தமிழ் மொழிபெயர்ப்பு)

க.நா.சு.வின் கவிதைகள்

1. மயன் கவிதைகள்
2. க.நா.சு. கவிதைகள்

(அச்சில் வராத பல நூறு கவிதைகள். பத்திரிகைகளில் மட்டும் வந்த கவிதைகள் பலநூறு)

ஏராளமான பல்வேறு மொழியில் வெளிவந்த கவிதைகளின் தமிழின் தழுவல் வடிவம் கொண்ட பல கவிதைகள் பத்திரிகைகளில் வெளிவந்தவை.

கவிதை நாடகம்

1. பேரன்பு

அச்சில் தொகுதியாக வராத ஏராளமான விமரிசனக் கட்டுரைகள். பத்திரிகைகளில் மட்டும் வெளியானவை.

கட்டுரை நூல்கள்

உலக இலக்கியம் (புதுவை பல்கலைக்கழக வெளியீடு)

பாரதியின் காட்சிகள் (ஒரு வசன காவியம். பாரதியாரின் கையெழுத்திலேயே முழுக்க முழுக்க ஆப்செட் முறையில் அச்சடித்து அது புதுக்கவிதையோ வசன கவிதையோ அல்ல என்று நிரூபித்து க.நா.சு. பதிப்பித்த ஆய்வுக் கட்டுரையுடன் கூடிய நூல்).

○○○